யார் அறிவாரோ

யார் அறிவாரோ

இரா. தமிழ்ச்செல்வன் (பி. 1980)
மொழிபெயர்ப்பாளர்

கோவையில் பிறந்தவர். புது தில்லி ஜவாஹர்லால் நேரு பல்கலைக்கழகத்தின் இந்திய மொழிகள் மையத் தமிழ்ப் பிரிவில் முனைவர் பட்டம் பெற்றுத் தற்போது சென்னை, இந்துக் கல்லூரியின் (சுழற்சி 2) தமிழ்த் துறையில் உதவிப் பேராசிரியராகப் பணிபுரிந்து வருகிறார். புணேயில் கொங்கணி மொழியை முறையாகப் படித்ததன் தொடர்ச்சியாகத் தனது இளமுனைவர், முனைவர் பட்ட ஆய்வைக் கொங்கணி – தமிழ் மொழிபெயர்ப்புச் சார்ந்து மேற்கொண்ட இவர் கொங்கணியிலிருந்து தமிழுக்குப் படைப்புகளை நேரடியாக மொழிபெயர்த்து வருகிறார். இவர் மொழிபெயர்த்த கொங்கணிச் சிறுகதைகள் இதழ்களில் வெளியாகியுள்ளன.

கொங்கணி மொழியைத் தமிழுடன் தொடர்புபடுத்தி ஆய்வுக் கட்டுரைகள் பலவும் எழுதியுள்ள இவர் தற்போது சாகித்திய அக்காதமி நிறுவனத்திற்காகக் கொங்கணிப் புதினம் ஒன்றைத் தமிழாக்கி வருகிறார்.

நூல் வடிவில் வெளிவரும் இவரின் முதல் மொழிபெயர்ப்புப் படைப்பு இது.

தொலைபேசி: 08056831183
மின்னஞ்சல்: *tamil.jnu@gmail.com*

மஹாபளேஷ்வர் ஸைல்

யார் அறிவாரோ

கொங்கணியிலிருந்து தமிழில்
இரா. தமிழ்ச்செல்வன்

காலச்சுவடு பதிப்பகம்

அன்பார்ந்த வாசகருக்கு, வணக்கம்.

காலச்சுவடு நூலை வாங்கியமைக்கு நன்றி. நூலின் உள்ளடக்கம், உருவாக்கம், அட்டைப்படம் இன்ன பிற அம்சங்கள் பற்றிய உங்கள் கருத்துகளையும் ஆலோசனைகளையும் காலச்சுவடு வரவேற்கிறது. தகவல், எழுத்து, வாக்கியப் பிழைகள் தென்பட்டால் கட்டாயம் தெரிவித்து உதவுங்கள். நூல் தயாரிப்பில் கடும் குறைபாடு இருப்பின் மாற்றுப் பிரதி உங்களுக்குக் கிடைக்க காலச்சுவடு ஏற்பாடு செய்யும்.

மின்னஞ்சல்: publisher@kalachuvadu.com
காலச்சுவடு நாகர்கோவில் தலைமையகத்துக்கும் கடிதம் அனுப்பலாம்.

தங்கள்
எஸ்.ஆர். சுந்தரம் (கண்ணன்)
பதிப்பாளர் - நிர்வாக இயக்குநர்

யார் அறிவாரோ ❖ நாவல் ❖ ஆசிரியர்: மஹாபளேஷ்வர் ஸைல் ❖ © மஹாபளேஷ்வர் ஸைல் ❖ கொங்கணியிலிருந்து தமிழில்: இரா. தமிழ்ச் செல்வன் ❖ மொழிபெயர்ப்புரிமை: இரா. தமிழ்ச்செல்வன் ❖ முதல் (குறும்) பதிப்பு: டிசம்பர் 2017, இரண்டாம் பதிப்பு: ஜூன் 2018 ❖ வெளியீடு: காலச்சுவடு பப்ளிகேஷன்ஸ் (பி) லிட்., 669, கே.பி. சாலை, நாகர்கோவில் 629001

yaar aRivaaroo ❖ Novel ❖ Tamil translation of 'Adrust' ❖ Author: Mahabaleshwar Sail ❖ © Mahabaleshwar Sail ❖ Translated from Konkani by R. Tamilselvan ❖ Translation © R. Tamilselvan ❖ Language: Tamil ❖ First (Short) Edition: December 2017, Second Edition: June 2018 ❖ Size: Demy 1 x 8 ❖ Paper: 18.6 kg maplitho ❖ Pages: 112

Published by Kalachuvadu Publications Pvt. Ltd., 669 K.P. Road, Nagercoil 629001, India ❖ Phone: 91-4652-278525 ❖ e-mail: publications @kalachuvadu.com ❖ Wrapper Printed at Print Specialities, Chennai 600014 ❖ Printed at Mani Offset, Chennai 600077

ISBN: 978-93-86820-05-1

06/2018/S.No. 785, kcp 2071, 18.6 (2) KLL

கொங்கணி மொழியையும் இலக்கியத்தையும் கற்றுக்கொடுத்த
என் கொங்கணி ஆசிரியர்கள்

ரமா முர்குண்டே *(Rama Murkunde)*, மோஹன் காவ்கார் *(Mohan Gaonkar)*,
பபிதா சாவந்த் *(Babita Sawant)* ஆகியோருக்கும் . . .

❍

கொங்கணி – தமிழ் மொழிபெயர்ப்புச்சார் ஆய்வில்
எம்மைச் செலுத்திய

பேராசிரியர் கிருஷ்ணசாமி நாச்சிமுத்து அவர்களுக்கும் . . .

இரா. தமிழ்ச்செல்வன்
(மொழிபெயர்ப்பாளர்)

முன்னுரை

யாவருக்கும் . . .

'யார் அறிவாரோ' (அத்ருஷ்ட்), நேர் மொழி பெயர்ப்பில் கொங்கணியிலிருந்து தமிழுக்கு நூல் வடிவில் வெளிவரும் முதல் படைப்பு. மூலத்திற்கு நெருக்கமான ஒரு பிரதியாக மொழிபெயர்ப்பை அமைத்திட முயன்றிருக்கிறேன். எழுத்துலகிற்கான எனது இருப்பை வெளிக்கொணர்ந்திருக்கிற இத் தருணத்தில் அதனோடு இணைந்த நினைவுகள், பயணித்து வந்த பாதைகள் சிலவற்றை இங்குப் பதிவு செய்ய விழைகிறேன்.

'அத்ருஷ்ட்' என்பதன் நேர்பொருள் 'பார்க்க முடியாதது' என்பதாகும். அதாவது 'எதிர் காலத்தில் என்ன நடக்கும் என்பதை முன்பே அறிய முடியாது' (மஹாபளேஷ்வர் ஸைல் – தொலைபேசி உரையாடல், *09* ஆகஸ்டு *2012*) என்பதே இதற்கான விரிவான பொருள். காட்டில் தனிமையில் வாழும் வனப்பாதுகாவலாளி ஒருவன் தன்னை எரிக்கும் காமத்தை எதிர்கொள்ளும் விதமும் அதனையொட்டிய மனப் போராட்டங்களுமே இக்கதையின் மையம். வாசிப்போரின் அகத்தே விளம்பும் செய்திகள் எண்ணற்றவை கதையிலுண்டு. தனிமையின் சலிப்பான பொழுதுகள், ஒழுங்கின்மையுடன் ஒவ்வாது நிற்கும் காமம், நோய்க்கூறு நிரம்பிய சமூகப் போக்கு இவையனைத்தும் கதையில் கவனிக்கத்தக்கன. நிஜத்தில் கடந்து வந்த மனிதர் களைக் கதையிலும் கடக்க நேரிடுகிற அனுபவம் வாசிப்போருக்கு வாய்க்கும் என்பது என் அறிதல்.

முதல் வாசிப்பில் பெரிதும் கவர்ந்திராத ஒரு பிரதியாக என்னுள்ளிருந்த இப்படைப்பு இரண்டாவது, மூன்றாவது வாசிப்பில் என்னுள் கரைந்துபோனது. இன்னும் அகலாது என்னுள் பயணித்துக்கொண்டிருப்பதை நானே அறிவேன். இப்பிரதியினூடாக மறையாது நெஞ்சில் நிலைத்து நிற்கிற கர்த்தாக்கள் பலருண்டு. அவர்கள் நூலாக்கத்தைச் சாத்திய மாக்கக் கரம் கொடுத்தவர்கள். இந்நூலை நான் எனதாக்கி வைத்துக்கொண்டிருக்கிற நிலையில் ஆதாரமாய் இருந்தவர்களை யாவரும் அறிவது அவசியமெனக் கருதுகிறேன். இதை ஒரு நேசிப்பின் உரையாடலாக உணர்கிறேன்.

இந்த உரையாடலை ரமா முர்குண்டே, மோஹன் காவ்கார், பபிதா சாவந்த் ஆகியோரிடமிருந்தே தொடங்க வேண்டும். இந்திய மொழிகள் நடுவண் நிறுவனம் (Central Institute of Indian Languages), புணே மையத்தில் (Western Regional Language Centre) எனக்குக் கொங்கணி மொழியையும் இலக்கியத்தையும் கற்றுக்கொடுத்த எனது ஆசிரியர்களான இவர்கள் திராவிட மொழிக் குடும்பப் பின்புலத்திலிருந்து பயிலச் சென்ற என்னை இலகுவாகவும் கவனமாகவும் ஒவ்வொரு கட்டத்திற்கும் கடத்திச் சென்றவர்கள். நான் கொங்கணி பயின்ற நாட்கள் (2008–09) தொடங்கி இன்றுவரை தொடர்ந்து பல்வேறு உதவிகளை அளித்துக்கொண்டிருக்கிறார்கள். தேவையான நூல்களை உவப்புடன் அனுப்பித் தொடர் பணிகளுக்குத் துணைநிற்கும் இவர்களின் அறிமுகத்தை எனக்குக் காலம் தந்த பரிசாகக் கருதுகிறேன்.

கொங்கணி மொழியைப் படித்துவிட்டு ஆய்வுப் படிப்பிற் காகப் புது தில்லி ஜவாஹர்லால் நேரு பல்கலைக்கழகம் சென்றபோது கொங்கணி மொழியை இணைத்து ஆய்வு மேற்கொள்ள வலியுறுத்தியதுடன் தொடர்ந்து மொழிபெயர்ப்புச் சார்ந்து செயல்பட என்னை ஆற்றுப்படுத்தியவர் பேராசிரியர் கிருஷ்ணசாமி நாச்சிமுத்து. இளமுனைவர்பட்ட ஆய்வில் தாமோதர் மாவ்ஜோவின் இரண்டு கொங்கணிச் சிறுகதைகளைத் தமிழுக்கு மொழிபெயர்த்து ஆய்வு செய்ததன் தொடர்ச்சியாக முனைவர்பட்ட ஆய்வில் ஒரு புதினத்தைத் தேர்வு செய்ய முடிவானது. இந்நிலையில் கொங்கணி எழுத்தாளர் தாமோதர் மாவ்ஜோ, என்னுடைய கொங்கணி ஆசிரியர் மோஹன் காவ்கார் ஆகியோர் ஒரு சேரப் பரிந்துரைத்ததுதான் மஹாபளேஷ்வர் ஸைலின் 'அத்ருஷ்ட்'. அதன்வழி எனது முனைவர்பட்ட ஆய்வின் ஒரு பகுதியாகக் கொங்கணியிலிருந்து தமிழுக்கு நேரடியாக

மொழிபெயர்க்கப் பெற்றதே 'யார் அறிவாரோ'. கொங்கணியிலிருந்து தமிழுக்கு நேரடி மொழிபெயர்ப்பில் ஒரு படைப்பு இன்று நூலாக வருகிறதென்றால் தமிழிலக்கிய உலகம் பேராசிரியர் நாச்சிமுத்துவிற்குத்தான் நன்றி சொல்ல வேண்டும். எனது முனைவர்பட்ட ஆய்வின் நான்காண்டு காலத்தில் *(2011–15)* மொழிபெயர்க்கப்பெற்று நூலாக வரும் இப்படைப்பை, ஆய்வு நிலையில் மொழிபெயர்ப்புச் செயல்பாடுகளை விரிவடையச் செய்வதற்கான வாய்ப்பினைத் தமிழ்ச் சூழலில் நிகழ்த்தும் முயற்சியின் வழியில் அமைந்த ஒன்றாகவும் அணுகலாம்.

வீட்டிலிருந்து விடுவித்துக்கொண்டு கல்வி நிமித்தம் புணே, தில்லி என வெளியே செல்வதற்கான இசைவைத் தந்து ஒரு சுதந்திரமான வெளியை உருவாக்கித் தந்த என்னுடைய தாய், தந்தையர் இந்நூல் வெளிவருகிற இக்கணத்தில் என் நினைவில் நிமிர்ந்து நிற்கிறார்கள்.

'அத்ருஷ்ட்' கதையைத் தமிழில் மொழிபெயர்த்து வெளியிட்டுக்கொள்ள அனுமதி அளித்த மஹாபளேஷ்வர் ஸைலுக்கு மனம் நிறைந்த நன்றிகள். ஐயங்களுக்காகத் தொலைபேசியில் தொடர்புகொண்டபோது அவர் மகிழ்வுடன் விடையளித்து உதவினார். அந்த நிமிடங்கள் மறக்க இயலாத் தருணங்கள். கொங்கணி எழுத்தாளர் தாமோதர் மாவ்ஜோ, மஹாபளேஷ்வர் ஸைலுடனான தொடர்புக்குப் பாதை வகுத்துத் தந்தவர். மாவ்ஜோவின் கொங்கணிக் கதைகளைத் தமிழில் மொழிபெயர்த்து ஆய்வு செய்யத் தொடங்கிய காலம் *(2009–11)* முதல் இன்றுவரை அன்புடன் பழகி வருபவர். இல்லத்திற்குச் சென்ற நாட்களில் இன்முகத்துடன் வரவேற்று உபசரித்தார். அலைபேசியில் எப்பொழுது தொடர்புகொண்டாலும் தேவையான உதவிகளைச் செய்து தருபவர். இந்தத் தருணத்தில் இவருக்கு நன்றி சொல்கிற வாய்ப்பிற்காக மகிழ்கிறேன்.

எனது முனைவர்பட்ட ஆய்வு நெறியாளராக இருந்து இம்மொழிபெயர்ப்பினை முதன்முதலில் வாசித்து வாழ்த்தியவர் பேராசிரியர் நா. சந்திரசேகரன். என்மீது பெரிதும் நம்பிக்கை கொண்ட ஆசிரிய நண்பருக்கு நன்றிகள் பல. தொடர்ந்து எழுதுவது, நூல்களை வெளிக்கொணர்வது என நீர்த்துப்போகாத வாழ்க்கைச் சூழலை அமைத்துக்கொள்ள வலியுறுத்திவரும் பேராசிரியர் இரா. தாமோதரன் (அறவேந்தன்) அவர்களுக்கு நன்றிகள். கொங்கணி தொடர்பான ஐயங்களைத் தீர்த்துவைக்க மிகுதியும் உதவிய ஸ்ரத்தா நாயக் என்றென்றும் நன்றிக்கு உரிய நண்பர்.

எனது கட்டுரைகளுக்கும் மொழிபெயர்ப்புப் படைப்புகளுக்கு மான முதல் வாசிப்பாளர், விமர்சகர், பிழை திருத்துநர் என் வாழ்விணையர் மணிமாலா. இதைப் பதிவு செய்கிற தருணம் இந்நூல் வழி நிகழ்வது பெரிதும் உவகையைத் தருகிறது.

அதிகம் கவனம் பெறாத கொங்கணி மொழியிலிருந்து ஒரு படைப்பினைத் தமிழுக்கு அறிமுகப்படுத்துகிற முயற்சிக்குக் களம் அமைத்துக் கொடுத்த *காலச்சுவடு பதிப்பகத்தாருக்கு* நன்றி.

பிறமொழி இலக்கியங்களைத் தமிழுக்கு மொழிபெயர்ப்பின் வழி அதிகம் அறிமுகப்படுத்த வேண்டும் என்பது தமிழ் நிலத்து இலக்கியச் சான்றோரின் பெருவேட்கை. அதற்கான முனைப்பில் சிறிய சிறகசைப்பாக இந்நூலும் இடம்பெறுவது மிகுதியும் மலர்ச்சியை அளிக்கிறது.

17.07.2017   இரா. தமிழ்ச்செல்வன்
சென்னை

ஊரிலிருந்து ஏழு மைல் தொலைவில் இருந்தது அந்தத் தோப்பு. சுற்றிலும் அடர்ந்த காடு. இடையில் ஒன்றரை ஏக்கரில் அந்தத் தேக்குத் தோப்பு. நான்கைந்து வருடங்களுக்கு முன்பு இங்கிருந்த காட்டை அழித்து இந்தத் தோப்பை இங்கு உருவாக்கினார்கள். காவலாளி விநாயகம் எப்பொழுதும் போல இன்றைக்கும் பத்துப் பன்னிரண்டு வேலையாட்களை அழைத்து வந்து வேலை செய்துகொண்டிருந்தான்.

ஒரு பெரிய பன்றிக் கூட்டம் மேலிருந்து இரைச்சலை எழுப்பியவாறு தோப்பிலிருந்த சின்னச் சின்ன தேக்குமரச் செடிகளை மிதித்துக்கொண்டு ஓடிவந்தது. காவலாளி விநாயகம் கையிலிருந்த அரிவாளை வீசி 'ஹட், ஹட்' எனச் சத்தம் போட்டு விரட்டிவிட்டான்.

காவலாளி விநாயகத்தின் தடுமாற்றத்தைப் பார்த்துத் தோப்பில் வேலை செய்துகொண்டிருந்த பத்துப் பன்னிரண்டு வேலையாட்கள் சத்தம் போட்டுச் சிரித்தார்கள். அவர்கள் மேல் கோபமடைந்த விநாயகம், "ஏன் சிரிக்கறீங்க? வேலன்னா வேலய மட்டும் பாக்க வேண்டியதுதானே. வேகமா வேல செய்யுங்க. நேரம் ஆகறதுக்கு முன்னால போக முடியாது" என்றான்.

அவனும் தன் கையிலிருந்த அரிவாளால் தோப்பிலிருந்த களைகளை வெட்டினான். எளிதானதைக்கூடச் சிரமப்பட்டுச் செய்வது

போலச் செய்தான். ஆனால் வேலையாட்களின் கைகள் வேகம் காட்டவில்லை. அவர்கள் அவனை ஏமாற்றி மெதுவாகவே வேலை செய்துகொண்டிருந்தனர்.

தொலைவில் எங்கோ சைக்கிள் மணியோசை காதில் விழுந்தது. அனைவரும் உடனே சுதாரித்துக்கொண்டார்கள். வன அதிகாரி வருவது தெரிந்தது.

வேலையாட்களின் பேச்சு நின்றது. கையிலிருந்த அரிவாள் வேகவேகமாக வேலை செய்தது. விநாயகமும் வேலையாட்களின் முன்னால் அமைதியாக நின்றுகொண்டிருந்தான். வனஅதிகாரி முன்னால் வந்தவுடன் விநாயகம் அவருக்கு "வணக்கம் சர்தார்" என்று தன் நெற்றியில் கை வைத்து வணக்கம் சொன்னான்.

வனஅதிகாரி கொஞ்ச நேரம் எதுவும் பேசாமல் பக்கத்தில் நின்று பார்த்துக்கொண்டிருந்தார். அவர் தலையில் அணிந்திருந்த தொப்பியைக் கழற்றிக் கக்கத்தில் வைத்துக்கொண்டார். உச்சி வெயிலின் சூரியக் கதிர்கள் அவரின் திறந்த, மென்மையான வழுக்கைத் தலைமேல் மினுமினுத்தன. வழுக்கைத் தலையா யிருந்தாலும் அவர் மிகவும் அழகு. கூர்மையான மூக்கு, மீனின் செதில் போன்று கீழே தொங்கிக்கொண்டிருக்கும் தாடை. கண்டிப்பான, நேர்மையான மனிதராக அந்த யல்லாபூர்[1] பகுதி முழுவதும் புகழ் பெற்றிருந்தார்.

அவர் விநாயகத்திடம் வருகைப் பதிவேட்டைக் கேட்டார். அருகிலிருந்த மரத்தில் மாட்டியிருந்த தூசி படிந்த பைக்குள்ளிருந்து வருகைப் பதிவேட்டை எடுத்து விநாயகம் அவருடைய கையில் கொடுத்தான். அவர் பலமுறை மேலும் கீழும் பார்த்துவிட்டு வேலையாட்களை எண்ணினார். பின்னர் அவர் சொன்னார், "இந்த நோட்டைப் பத்திரமா வை. ரொம்பத் தப்பா ஏதாவது செஞ்சிறாத. அந்த ரேஞ்சர் சும்மாவே நம்மளச் சந்தேகப்படுறாரு. நாம தப்பான வருகைப் பதிவேட்டைக் கொண்டு வர்றோம்னு சொல்றாரு. முந்தா நேத்துச் சம்பளம் கொடுத்திட்டு வர்றப்ப மிரட்டி ஐந்நூறு ரூபா வாங்கிட்டுப் போயிட்டாரு. அவரு ஜம்பமா நடந்துக்கறதுக்கு எடம் கொடுக்க வேண்டாம். முன்னாலேயே நாம சரியா இருந்துக்குவோம்."

விநாயகம் பணிவுடன் மரியாதை செய்தான்.

"எனக்கு உம் மேல சந்தேகமில்லை. ரேஞ்சர் சொல்றதும் பொய் இல்லை. இப்ப நெறயா இது மாதிரி நடக்குது."

---

1. யல்லாபூர் *(Yellapur)*, கர்நாடக மாநிலத்தில் உள்ள உத்தர கன்னட *(uttara kannada)* மாவட்டத்தில் அமைந்துள்ள ஒரு நகரம்.

சிறிது நேரத்திற்குப் பிறகு வனஅதிகாரியின் பார்வை முன்னால் வெட்டி வீசப்பட்டிருந்த தேக்குமரச் செடி ஒன்றின் மீது சென்றது. செடிகொடிகளை எல்லாம் பிடுங்கிச் சுத்தம் செய்தபோது யாரோ தெரியாமல் அந்தக் கையளவு தேக்குமரச் செடியை வெட்டி வீசியிருந்தார்கள். வனஅதிகாரி அதைக் கையில் எடுத்துக்கொண்டு சத்தம் போட்டார், "எந்தத் தாயோழி, இந்தச் செடியை இப்படி வெட்டி வீசியது? யாராவது பாத்தீங்களா?" பின்னர் அவர் விநாயகத்தின் பக்கம் திரும்பினார். "இந்தத் தோப்பைச் சுத்தம் செய்யறயா இல்லை முழுசாத் தரைமட்டம் பண்ணிட்டு இருக்கறயா? உனக்குத் தெரியாதா இது என்னன்னு? இந்த ஒரு செடிக்காகவே நான் உன்னைய வேலய விட்டுத் தூக்க முடியும்." கோபத்துடன் பெருமூச்சு விட்ட அவர் ஒரு கையை இடுப்பு மேல் வைத்துக்கொண்டு ஆத்திரத்தைக் குறைப்பதற்கு முயற்சி செய்துகொண்டிருந்தார்.

விநாயகம் மட்டும் பயத்துடன் அமைதியாக இருந்தான்.

"முதல்லயே முட்டாள் நீ. உனக்கு யாரோ பைத்தியக்காரந்தான் தெரியாம வேல கொடுத்திட்டான்."

வனஅதிகாரி இவ்வாறு பதற்றத்தை ஏற்படுத்திவிட்டுப் போனார். வேலையாட்களின் முன்னால் வனஅதிகாரி திட்டியதற் காக விநாயகம் வருத்தப்பட்டான். அவனுடைய முகம் தொங்கிப் போனது. சிறிது நேரம் அமைதியாக நின்றுகொண்டிருந்த அவன், பிறகு ஒரு வேலையாளிடம் சென்று தனக்கு ஒரு பீடி கேட்டு வாங்கினான். தீப்பெட்டியை எடுத்துக்கொண்டு அங்கேயே முன்னால் உட்கார்ந்தான். மெலிந்த உருவம், குள்ளம், அழுக்கான காக்கி உடை உடுத்தியிருந்த விநாயகம் இப்போது முழுவதுமாக உடைந்து போயிருந்தான். நொடிந்துபோன கோழிக்குஞ்சு போலக் காணப்பட்டான். அவன் கம்மிய குரலில் கூறினான்,

"பாத்தீங்களாயா, அவரு எல்லாத்து முன்னாலேயும் என்னைய எப்படித் திட்டினாருன்னு. வனஅதிகாரி ஆயிட்டா என்ன? நாம என்ன மனுசங்க இல்லையா?"

வேலையாள் ஒருவன் அவனுக்குச் சற்றே நல்ல யோசனை சொல்வதைப் போலக் கூறினான், "உனக்கு மனசுல நம்பிக்கை இருக்குதில்ல? சரியா இருந்தா ரொம்பச் சரிதான்னு சொல்லு. கோபம் வந்தா கண்ணுக்கு முன்னால காட்டாத."

விநாயகம் விருப்பம் கொண்டவனாய்த் தலையசைத்துவிட்டு ஒன்றுமறியாதவனாய்ச் சொன்னான், "இந்த மிகப்பெரிய காட்டுல கீழான வாழ்க்கை எனக்கு."

வேலையாள் இப்போது மிகுந்த பாசம் இருப்பது போலக் காட்டிக்கொண்டு கூறினான், "ஆமா, உண்மைதான். இந்தக் காட்டு வாழ்க்கை உனக்குக் கீழான ஒண்ணுதான். என்னவொரு நல்ல தங்கமான மனைவி எப்படியிருந்தா ..." அப்பொழுது மற்றொரு வேலையாள் கண்ணைச் சிமிட்டிப் பார்வையால் தடுத்துக் கூறினான், "அந்த முடிஞ்சு போன சோகத்தை எடுக்க வேண்டாம்!"

அன்றைக்கு வேலைநேரம் முடிவதற்கு முன்பே அவன் வேலையாட்களை அனுப்பிவிட்டான். காட்டின் குறுக்குப்பாதை வழியாக அவரவர் வீட்டிற்குச் சென்றனர். இந்தக் காட்டைச் சீர்படுத்துவதற்காக வந்திருக்கிற மலைவாழ் மக்கள், சிறுவிவசாயி களாகிய இவர்கள் பெரிய குடோன் எடுத்துத் தங்கியிருக்கிறார்கள். விநாயகத்தின் வார்த்தைக்காகத் தோப்பு வேலைக்கு ஓடி வந்திருக்கிறார்கள்.

அனைவரும் போய்விட்டார்கள். இந்த அடர்ந்த கானகத் தின் மத்தியில் விநாயகம் தனியொருவனாக இருக்கிறான், அநாதையைப் போல. சில நேரங்களில் காட்டுப் பேய் பிடித்தது போல ஒரே இடத்தில் நின்றிருப்பான். இந்தக் காட்டுவாசி மனிதனுக்கு இன்று காடு மிகவும் அச்சம் தருவதாகத் தெரிந்தது. இன்பமும் துன்பமுமே வாழ்க்கை.

எங்கெங்கும் அமைதி நிரம்பியிருக்கிறது. அங்கே ஒரு கவுதாரிகூடக் கூப்பாடு போடவில்லை. கரடிகள் உறுமவில்லை. செடிகொடிகள் நிரம்பிய ஓர் ஆழி போலக் காட்சியளித்தது. ஆனாலும் ஆழமான கல்லறைக்குள் உறங்கிக் கிடப்பவனாய் இருந்தான் விநாயகம். இந்த மூர்க்கத்தனமான காட்டில் அலை அலையாக அழுகுரல்கள் சுற்றிக்கொண்டிருப்பதாகவும் தன்னுடைய மனைவி இந்தக் கானகத்தின் கால்களுக்குள் அகப்பட்டு அநாதையாக மடிந்தபொழுது தான் ஓலமிட்டது இப்போதும் இந்தக் காட்டில் ஒலித்துக்கொண்டிருப்பதாகவும் தன் உடலிலுள்ள கூரிய நகங்களால் இரத்தத்தினை உறிஞ்சிக் குடித்துக்கொண்டு வாழ்வதால் இந்தக் காடு கொடூரமானதாக மாறிவிட்டதாகவும் அவனுக்குத் தோன்றியது. கோபத்துடன் ஒரு முறை காட்டைச் சுற்றிப் பார்த்த பிறகு அவன் எண்ணினான், இந்தக் காடு கொஞ்சம் கொஞ்சமாகத் தன்னை விழுங்கவே காத்துக்கொண்டிருக்கிறதென. அருகில் இரண்டு தென்னை மரங்கள் கொடிய அரக்கனைப் போல நின்றுகொண்டிருந்தன. அந்த மரங்களின் கீற்றுகள் இப்பொழுது இறுக்கமாகத் தன்னுடைய கழுத்தைப் பிடித்து அழுத்தப் போகிறது என அவன் நினைத்தான். அவன் வேகவேகமாகச் செடிக்குப்

போட்டிருந்த பையினை எடுத்து ரெயின்கோட் போலப் போர்த்திக்கொண்டு அந்தச் சோதனைச் சாவடியை[2] நோக்கி நடக்கத் தொடங்கினான். அந்நேரத்திலும் பாதை முழுவதும் ஒரே தணுப்பு, அமைதி. ஏதோ பயமுறுத்தும் சப்தம் அவனுக்குப் பின்னால் வந்துகொண்டிருந்தது.

இறந்துபோன தனது மனைவியின் நினைவு இன்று அவனுக்கு அதிகம் வந்து போனது. மீண்டும்மீண்டும் கண் இமைகள் ஈரமாகிக் கொண்டிருந்தன. தொண்டை கரகரத்தது. உமிழ்நீர் துளித்துளியாகச் சுரந்துகொண்டிருந்தது. இன்று காட்டில் நடந்ததை, மனதிலிருக்கும் துக்கத்தை அவளிடத்தில் மனம் திறந்து சொல்ல வேண்டும் போலிருந்தது. எப்பவும் சாவடியி லிருந்து வெளியில் வரவேண்டாமென்று நான் பலமுறை சொல்லி யிருந்தும் அவள் கேட்கவில்லை. நான் வரும் நேரத்திற்கு வெளியே வந்து சாவடிக்கு முன்னாலிருந்த ஆலமரத்திற்குக் கீழே நின்று கொண்டு காட்டிலிருந்து என்னை எதிர்பார்த்துக் காத்திருப்பாள்.

சாவடி என்றால் என்ன? காட்டிலேயே இடிந்து பாழாகிப் போன ஒரு மண்டபம். நான் வந்து இப்போது பல வருடங்கள் ஆகிவிட்டன. எனக்கு வேறு எங்காவது மாற்றிக் கொடுங்களென்று கேட்டேன். ஆனால் யாரும் செவி சாய்க்க வில்லை. இன்னும் சொல்லிக்கொண்டார்கள், உனக்குப் பொண்டாட்டி, பிள்ளைகள் இல்லாததால் இங்கு ஒருவனாக இருப்பது சரிதானென்று. என்னுடைய அன்பான மனைவியை இந்தக் காடு விழுங்கிவிட்டது. இவர்கள் பிறர் துன்பத்தில் இன்பம் காண்பவர்கள் போலப் பேசுகிறார்கள். வனஅதிகாரி, காவலாளிகள் என எல்லோரும் யல்லாபூரில் இருக்கிறார்கள். நான் இங்கு பன்னிரண்டு மைல் தொலைவில் காட்டில். அவர்கள் சைக்கிளில் வந்து போகிறார்கள். தப்பு செய்தால் திட்டுகிறார்கள். நானும் யல்லாபூரில் தங்குவதற்கு வருகிறேனென்று கேட்டால், ஒருவராவது இங்கே பார்த்துக் கொள்வதற்குத் தங்க வேண்டும். மக்களுக்கு அப்போதுதான் பயமிருக்கும். இல்லையென்றால் இந்த மக்கள் காட்டை அழிச்சிருவாங்க என்று வனஅதிகாரி சொல்கிறார்.

என்னுடைய மனைவியின் மரணத்திலிருந்து அனைவரும் பயந்து போனார்கள். எவரொருவரும் மனைவி, குழந்தைகளை

---

2. காட்டின் நுழைவாயிலில் இருக்கும் சோதனைச் சாவடியே இக்கதையில் வரும் விநாயகத்தின் வாழிடம். கொங்கணிச் சொல்லுக்கு இணையாக விரிவான நிலையில் தமிழில் பெயர்க்கப்பெற்றுள்ள சோதனைச் சாவடி என்பதைக் கொங்கணி – தமிழ் இணையாக்கம் செய்கிற நோக்கில் 'சாவடி' என்ற சொல் கதையில் தொடர்ந்து பயன்படுத்தப்பெற்றுள்ளது.

அழைத்துவந்து இங்கே தங்குவதற்கு விரும்பவில்லை. முதல் முறையாக மறுக்காமல் கோபி என்றொரு காவலாளி வந்தான். அவனும் உடனடியாகப் படுக்கை, துணிமணிகளை எடுத்துக் கொண்டு யல்லாபூரில் தங்குவதற்குப் புறப்பட்டுப் போய் விட்டான்.

நான் ஒருவன் எளிதாகக் கிடைத்துவிட்டேன். அதனால் தான் என்னை ஏமாற்றித் தூக்கி எறிந்துவிட்டார்கள் வனத்தில்! நான் முடியைப் பிய்த்துக்கொண்டு பைத்தியமான பிறகுதான் புரியும் அவர்களுக்கு.

இதையும் ஓர் ஊர் என்று சொல்கிறார்கள். இதை ஊர் என ஏன் சொல்கிறார்களென்று விநாயகத்திற்கு இன்னும் விளங்கவில்லை. மரங்களுக்கு மத்தியிலான காட்டில், சிறுசிறு விளைநிலங்களிடையே அங்குமிங்குமாக ஐம்பது பண்ணைகள், கொட்டகை மாதிரி வீடுகள். மேலே பாதையில் ஒரு பள்ளிக்கூடம் இருக்கிறது. அங்கே குலாபியினுடைய வீடும் ஷிதராம் ஷேருகாரின் சிறிய மளிகைக் கடையும் இருக்கின்றன.

உண்மையிலேயே ஊரில் முக்கியமான, செல்வம் கொழிக்கும் இடமென்றால் அது ‘பட்’ சமூகத்தினரின் விளைநிலங்கள் தான். காட்டிற்கு மத்தியிலே மிக நீண்டது இந்த விளைநிலங்கள். இந்த விளைநிலங்களுக்கு நேராக மெல்லிய நீரோடை ஓடிக் கொண்டிருக்கிறது. மேலே பாதையில் ‘ராமராய் பட்’டின் பெரிய தோப்பு இருந்தாலும் கீழே முழுவதும் ‘கேஷவ் பட்’டுடையது தான். இந்த ஊரில் பிரசித்திபெற்றதென்றால் அது கோயில் திருவிழா. அங்கே பன்னிரண்டு மாதமும் ஊர் மக்களுக்கு என்ன இல்லையென்றாலும் ஏதாவது வேலை இருந்தது. கோயிலைச் சுத்தப்படுத்தும் மக்களுக்குக் காய்கறிகள், தேங்காய், அரிசி கிடைத்துக்கொண்டிருந்தன.

ஊரின் பெயர் ஸிலேபர்ஹள்ளீ. இங்கு முன்பு காட்டிலிருந்து இரயில் தண்டவாளங்களுக்குத் தேவைப்படும் தாங்குக் கட்டைகளுக்கு மரங்களை அறுத்து எடுத்துச்செல்ல நிறைய பேர் வருடக்கணக்கில் நிரந்தரமாக வேண்டுமென்று அழைத்து வந்து தங்க வைக்கப்பட்டிருந்தார்கள். அதனால் இந்தப் பெயர் வந்ததென்று சொல்கிறார்கள்.

ஊரின் பின்புறம் மலைக்குப் போகிற வழியில் ஒரு சிறிய பாதை பிடதி[3] நதி வரை செல்கிறது. பிடதி நதியில் தோணியில்

3. பிடதி *(Bedthi)*, கங்காவல்லி ஆறு என்றழைக்கப்படும் பிடதி கர்நாடக மாநிலம் மேற்குக் கரையோரங்களில் ஓடும் சிற்றாறு. தார்வாரின் தெற்குப் பகுதியில் இது உற்பத்தியாகிறது.

கட்டி எடுத்துவரும் கட்டைகளைக் ஏற்றிச்செல்ல எப்போதாவது லாரி இந்தப் பாதையில் வரும். சில நேரங்களில் லாரி 'கர், கர், கோ ...' எனச் சத்தத்தை எழுப்பியபடியே, ஹார்ன் அடித்துக் கொண்டு செல்லும்போது காடு விழித்துக்கொள்ளும். ஆனால் இது போல என்றாவது இரண்டு மூன்று நாளைக்கு ஒரு முறை நடக்கும். மழைப்பொழிவு நான்கு மாதம் இருப்பதால் இந்தப் பாதையில் மரங்களை எடுத்துச்செல்வது சித்திரைவரை இருக்காது.

ஊரில் பெரிய மனிதர் ஷிதராம் ஷேருகார் என்ன மாதிரியான வேலை செய்கிறார். வாரத்திற்கு ஒரு முறை அவர் தனது மாட்டு வண்டியைப் பூட்டிக்கொண்டு யல்லாபூருக்குப் போவார். சென்று ஏதாவது தரமற்ற பொருட்களை வாங்கிவந்து தனது கடையில் வைத்திருப்பார். அப்புறம் அந்த மாடுகளைக் காட்டில் மரக்கட்டைகளை இழுத்துச் செல்லும் வேலைக்குக் கூட்டிவருவார். இந்த ஷிதராமின் ஒரு மனைவி இங்கே கடையில் இருக்கிறார், அப்புறம் இரண்டாவது யல்லாபூரில்.

ஆனால் விநாயகத்திற்கு இப்போதெல்லாம் இந்த ஊரின் விஷயங்கள் எப்படி இருந்தாலும் ஈடுபாடு இருப்பதில்லை. இந்த ஊரிலிருந்து மிகத் தொலைவிலிருக்கிற அடர்ந்த காட்டில் இரத்த வெள்ளம் வழிந்து செல்வது போலத் தோன்றுகிறது. எல்லோர் மேலும் வெறுப்பே வருகிறது. இங்கே தன்னுடைய வாழ்க்கையே வெறுமையாக இருக்கிறது. மற்றவர்களின் விஷயங்கள் மீது விருப்பம் எங்கிருந்தது?

அவன் தோப்பிலிருந்து திரும்பி வருகிறபொழுது காட்டில் வலதுபக்கமாக ஏதோ 'டோ, டோ' என்று வெட்டுகிற சத்தம் வந்து கொண்டிருந்தது. அவன் அதைப்பற்றிக் கண்டுகொள்ளவில்லை. இந்த ஊர் மக்கள் பார்ப்பதற்குத்தான் ஒன்றுமறியாத முட்டாள்கள். ஆனால் சூர்யா என்றொரு காவலாளி சென்று இதனைத் தடுக்கும் விதமாகச் சண்டையிட்டுக் கோடாரி, அரிவாள் எல்லாவற்றையும் பறித்துக்கொண்டு வந்தான்.

வழியில் பறவைகள் குப்பைகளில் இரையைக் கொத்திக்கொண்டிருந்தன. அவன் முன்னால் வந்தவுடன் கீச்சிட்டுக்கொண்டு பறந்து சென்றன. ஒரு பக்கத்தில் இரண்டு கீரிப்பிள்ளைகள் கால்களுக்கருகில் ஒரே வேகத்தில் ஓடி மறைந்தன ... உமா சாவடியில் இருக்கும்போது ஒரு கீரிப்பிள்ளை சாவடிக்குப் பக்கத்தில் சுற்றிக்கொண்டிருந்தது. அதைப் பார்த்தவுடன் உமா வேகவேகமாக உள்ளே சென்று கைப்பிடி மொச்சைப் பயிரை எடுத்துவந்து அதன் முன்னால்

வீசியெறிந்தாள். அது தின்றுகொண்டிருந்ததைக் கதவை ஒரு புறமாகச் சாத்தி ஒளிந்து நின்று பார்த்துக்கொண்டிருந்தாள். பார்ப்பதற்கு என்னையும் அழைத்தாள். கீரிப்பிள்ளை அருகில் இருந்தால் பெரிய பாம்பெல்லாம் வராதென்று சொன்னாள்.

உண்மையிலேயே முன்பெல்லாம் ஒரு பாம்புகூடக் கண்ணில் படாது. ஆனால் இந்த நாட்களில் ஒரு சாரைப் பாம்பு சாவடியைச் சுற்றிக்கொண்டிருக்கிறது. எப்பொழுதாவது சாவடியின் கூரையில் தென்படும். முன்னால் போனால் சீறிக்கொண்டு படமெடுக்கும்.

இந்த மாதிரி விநாயகம் காட்டில், காட்டு வாழ்க்கையில் பாம்புகளைக் கண்டு எப்பொழுதும் பயப்பட்டதில்லை. பதினாறு வயதில் இந்தக் காட்டிற்கு வந்தான். முன்பு தோப்பில் வேலையாளாக, பின்னர் காவலாளியாக. ஒரு நாள் பாந்தி[4] ரேஞ்சர் வேலையாட்களுக்குச் சம்பளம் கொடுப்பதற்காக வந்திருந்தார். சம்பளம் வாங்கும்பொழுது விநாயகம் கன்னடத்தில் திறமையாகப் பேசுவதையும் கையெழுத்துப் போடுவதையும் பார்த்துவிட்டு ரேஞ்சர் கேட்டார் 'நீ என்ன படிச்சிருக்கற?'

விநாயகம் 'ஏழாவது பாஸ் ஆயிருக்கறேன்' என்று கூறியதும் அவனிடம் ரேஞ்சர் ஒரு விண்ணப்பம் எழுதி வாங்கிக்கொண்டு ஆறு மாதத்தில் அவனைக் காவல் பணியில் அமர்த்தினார்.

விநாயகம் இன்றும் பாந்தி ரேஞ்சருக்கு நன்றியுணர்வுடன் இருக்கிறான். அவர் ஓய்வு பெற்ற பிறகும் விநாயகம் மறக்காமல் ஐம்பது மைல் பயணம் செய்து ஷிர்ஷி[5] சென்று அவர் காலில் விழுந்து மரியாதை செய்கிறான். அவர் தரும் பொருட்களை வண்டியில் ஏற்றும்போது விநாயகத்திற்கு அழுகை வந்துவிடும்.

அவன் சாவடியை அடைந்தபோது இருள் சூழ்ந்திருந்தது. அவன் வியர்வையில் நனைந்திருந்த காக்கிச் சட்டையைக் கழற்றி ஆணியில் மாட்டினான். சட்டையில் பொத்தான் ஒன்றுகூட இல்லை. தையலும் பிரிந்திருந்தது. அதை அப்படியே போட்டுக் கொண்டிருக்கிறான், பல நாட்களாக.

அவன் நாற்காலியை எடுத்துச் சாவடியின் முற்றத்தில் போட்டு உட்கார்ந்தான். முழங்கால் வரையிருந்த கோடு போட்ட அரைடவுசரை மாட்டிக்கொண்டு வெட்டவெளியில்

---

4. பாந்தி *(Bandi)*, கர்நாடக மாநிலம், கோப்பல் மாவட்டத்தில் உள்ள ஓர் ஊர்.

5. கர்நாடக மாநிலம், உத்தர கன்னட மாவட்டத்தில் உள்ள நகரமே ஷிர்ஷி *(Sirsi)*.

அமர்ந்திருந்தான். பார்ப்பதற்கு அப்படியொரு அசிங்கமாக, கோரமாகத் தெரிந்தான். முகம் இரக்கப்படக்கூடிய பரிதாபமான தோற்றத்தைக் கொண்டதாக மாறியிருந்தது. கண்களிலிருந்து நீர் வழிந்து உடலை நனைத்துவிட்டது போலத் தெரிந்தது. இரவு உணவு தயாரிக்க வேண்டியிருந்தது. ஆனால் அப்படியொரு எண்ணமே இல்லாமலிருந்தான்.

அவன் முதல்முறையாகப் பார்க்கும் அந்நியப் பார்வையினால் சாவடியின் அனைத்துப் பகுதிகளையும் நோக்கினான். யார் எப்பொழுது கட்டினார்களோ இந்தச் சாவடியை? அழிந்து சிதிலமடைந்திருக்கிற இதில் எந்த மனிதனாவது திட்டமிட்டு நிம்மதியாக இருக்க முடியுமா? பகலில் வீட்டிலேயே இருக்கும் முட்டாள்களுக்குத்தான் இந்தச் சாவடி சரி. ஆனால் அறையை எப்படியோ விஸ்தாரமாகக் கட்டியிருக்கிறார்கள். அங்கு ஒரு மொட்டை சன்னல்கூட இல்லை. கதவுகூட இல்லாமல் மொட்டையாக இருந்தது. அதனால் சில அறைகளில் பகல் முழுவதும் இருள் படர்ந்திருக்கும். எப்போதோ அவர்கள் வெள்ளையடித்து வைத்திருந்தார்கள். இப்போது அந்தச் சுண்ணாம்பு இடையிடையே விழுந்து போயிருந்தது. தொழுநோயாளியின் உடம்பில் இருக்கும் புண் போலச் சுவரில் அங்குமிங்கும் தழும்புகளாகத் தெரிந்து கொண்டிருந்தன. சுற்றிலும் வரிசையான நெருங்கிய மரங்களின் அடர்த்தி, மிகவும் குளிர்ச்சியான பாக்குமர இலைகள், இவற்றிற் கிடையில் கையால் போர்த்தியிருப்பது போல இந்தச் சாவடி. கார்காலத்தின் கனமழையினால் சாவடி சிதைவடைந்த நேரங்களில் விநாயகத்திற்குத் தோன்றும், இப்பொழுது இந்தச் சாவடி இடிந்து கீழே விழப்போகிறது. என்ன மிஞ்சப் போகிறது இதில். அந்தக் காய்ந்த கூரைத் தகடுகள் தானென்று.

ஆனால் இரண்டு வருடங்களுக்கு முன்புவரை அவனுக்கு இந்தச் சாவடிமீது பிடிப்பு இருந்தது. உபயோகத்திற்கு நான்கு அறைகள் இருந்தன. ஆனால் இரண்டே அறைகளில் அவர்கள் குடும்பத்தை அமைத்துக்கொண்டார்கள். ஒன்று சமைப்பதற்கு, இன்னொன்று தூங்கி எழுவதற்கு. சின்ன மகிழ்ச்சியான குடும்பம். மூன்று பித்தளைப் பாத்திரம், ஒரு செம்புப் பாத்திரம், மூன்று பித்தளைத் தட்டும் ஒரு செம்பு டம்ளரும். இரண்டு குடங்கள் மட்டும் திடமானதாக. தேய்த்துத் தேய்த்துப் பளபளப்பாக இருந்தன. எப்பொழுதெல்லாம் உமா இரண்டு பெரிய குடங்களைக் கையில் எடுத்துக்கொண்டு கிணற்று மேட்டிலிருந்து வருவாளோ அப்பொழுதெல்லாம் அந்த மங்களகரமான அழகைப் பார்த்து அவன் மயங்கிப் போய்விடுவான்.

இரவு தூங்குவதற்கு இரண்டுபேருக்கும் ஒரேயொரு போர்வை, ஒரு கம்பளி. போர்வைமேல் கம்பளியைப் போட்டு அதில் இரண்டுபேரும் ஒன்றாகப் போர்த்திக்கொண்டிருந்த அந்தக் கதகதப்பான இனிமையான பொழுதுகள் விநாயகத்திற்கு இப்பொழுது அதிகம் நினைவுக்கு வந்துகொண்டிருந்தன.

என்றாவது அவனுக்குக் கோபம் வரும்போது அனைத்தையும் தூக்கி வெளியே வீசி ஒன்றுமில்லாமல் செய்துவிட வேண்டுமென்று தோன்றும். கடவுள் அனுப்பியது போல வந்தாள். என்னை நெருப்பில் வீசி எறிந்துவிட்டுப் போனதாக நினைத்தான். சில நேரங்களில் மற்றவர்களைத் தகாத வார்த்தைளால் திட்டுகிற பழக்கம் அவனுக்குண்டு. அந்தத் தகாத வார்த்தைகள் அவனுக்கு எங்கிருந்து கிடைத்தன என்பது மனைவிக்கோ இல்லை கடவுளுக்கோ யாருக்கும் புரியாது.

ஸித்தி யமனப்பாவின் கூலியாள் சாவடிக்கு முன் ஆடுமாடுகளை ஓட்டிக்கொண்டு வந்தான். விநாயகம் சாவடியின் முன் நட்டு வைத்திருந்த குடைக்காளான் அருகில் வந்த எருமை ஒன்று, செடிகள்மீது வாய் வைத்துக் கடிக்கத் தொடங்கியது. உடனே யமனப்பாவின் வேலைக்காரன் வேகமாக ஓடிவந்து அதனை விரட்டிவிட்டான். ஆனால் அவனைக் காரணமில்லாமல் விநாயகம் திட்டினான், "தாயோழி, ஆடுமாடுகளை ஒழுங்காப் பாத்துக்க முடியலையின்னா அப்பறம் புலி திங்கறதுக்குக் கொண்டு போய்ப் போடு."

அந்தப் பையன் முன்னால் சென்று, "உன் சாவடிய வளிக்கறதுக்குச் சாணி கொடுக்க மாட்டோம். ஐயோ கார்டுமாம் புத்துக்குள்ள எறும்பு[6]" என்று விநாயகத்தைப் பரிகசித்துவிட்டு அந்தப் பையன் மாடுகளை விரட்டிக்கொண்டு சென்றான்.

விநாயகம் அவனைப் பார்த்துக்கொண்டே பேசாமல் நின்றிருந்தான். வரிசையான மரங்களுக்கிடையில் சென்ற ஆடுமாடுகளின் ஓசை சிறிது நேரத்தில் நின்றுபோனது. பிறகு மொத்தமாய் அமைதியாயிற்று.

வெளியே சென்று குளித்துவிட்டு வரலாமென்று சிறிய வாளியை எடுப்பதற்கு அவன் எழுந்தான். ஆனால் திடீரென்று அவனின் பார்வை மூலையில் நாற்றமெடுத்துக் கொண்டிருந்த அழுக்குத் துணிமூட்டை மீது சென்றது. அங்கு எப்பொழுதோ அடுக்கி வைக்கப்பட்டிருந்த இரண்டு தேக்கு விதை மூட்டைகள்

---

6. விநாயகம் சிடுமூஞ்சியாகக் கடிந்துகொண்டதைக் குறிக்கவே 'ஐயோ கார்டுமாம் புத்துக்குள்ள எறும்பு' எனச் சிறுவன் கூறிச் செல்கிறான்.

இருந்தன. அவற்றின் முன் அந்த அழுக்குத் துணிமூட்டை கிடந்தது. அப்புறம் ஒரு தெரியாத பெண்மணி! விநாயகம் ஆச்சரியத்துடன் மெதுமெதுவாக அருகில் சென்றான். சத்தம் போட்டவாறே அங்கு சென்ற அவனுக்குப் பெரிய ஆச்சரியம் – அழுக்கான கந்தல் துணிமூட்டை ஒன்று அங்கிருந்தது. அதனுள்ளே கிழிந்த துணிகள் இருந்தன. அருகில் பழைய, உடைந்துபோன ஒரு சிறிய பெட்டியும் அமுங்கி வளைந்திருந்த அலுமினியத் தட்டு ஒன்றும் இருந்தன. அந்த மூட்டைக்குப் பக்கத்தில் முழுதாகத் தளர்ந்துபோயிருந்த ஒரு பைத்தியக்காரப் பெண்மணி படுத்திருந்தாள். அவள் ஏதோ பயனற்ற ஜீவன் என்ற ஆழ்ந்த பரிதாபத்தினால் விநாயகம் சிறிது நேரம் அங்கு நின்றிருந்தான். திடீரென்று அவள் கண்கள் திறந்துகொண்டன. அவள் முகத்தை ஒளித்துக்கொண்டு அமைதியாக உள்ளூறச் சிரித்தாள். பயமுறுத்தும் அமைதி! உண்மை என்னவென்றால் அவள் சிரிக்கிறாளா இல்லை அழுகிறாளா என்று விநாயகத்திற்கு ஒன்றுமே புரியவில்லை. சிறிது நேரம் சிரிப்பது போலத் தோன்றும். பிறகு சிறிது நேரம் அழுவது போலத் தெரியும். அவளின் சிரிப்பதும் அழுவதுமான விளையாட்டைப் பார்த்துக்கொண்டே சிறிது நேரம் நின்றிருந்தான், அசையாது.

பிறகு திடீரென விழிப்பு வந்தது போல அவளைத் துரத்த வேண்டுமென "ஹேய், ஹேய் போ இங்கிருந்து" என உரக்கச் சத்தம் போட்டான். அவள் எழுந்திருக்காததால் அவன் உள்ளே சென்று தடி ஒன்றை எடுத்துவந்து அவளிருந்த இடத்தில் வீசினான்.

பைத்தியம் கையை நிலத்தில் ஊன்றி மெதுமெதுவாக எழுந்தது. இப்போது அவளது சிரிப்பும் அழுகையும் நின்றிருந்தன.

எழுந்திருப்பதற்கு வலிமை இல்லாத அளவிற்குத் தளர்ந்து போயிருந்தாள் அவள். உடல் உறுப்புகள் மலடாகி இலந்தை மரம் போலக் குச்சியாக இருந்தன. தலைமுடி கட்டியாகி அதன் மேல் அழுக்குத் திரண்டிருந்தது.

அவள் எழுந்திருக்கும்போது விநாயகத்திற்குப் பாவமாகத் தெரிந்தது, குழிக்குள் ஆழமாகப் போயிருந்த கண்களைச் சிமிட்டிச்சிமிட்டிப் பார்த்துக்கொண்டு அவள் இரந்து வேண்டிக் கொண்டாள், 'என்னை விரட்டாதே கருணை காட்டு என்மேல்' என்று.

ஆனால் விநாயகம் இரக்கமில்லாது "எந்திரி எந்திரி" என்று அவளை விரட்டினான். அவள் எழுந்து கந்தல் துணிமூட்டையை

எடுத்துக்கொண்டு வேகமாக நடந்துசென்று முன்னால் இருந்த ஆலமரத்தின் கீழ் நின்றுகொண்டாள்.

விநாயகம் சத்தமாகச் சொன்னான், “ஏமாத்தாதே, நடிக்காம எந்திரிச்சுப் போ, இங்கிருந்து.”

அவன் வாளியும் துணியும் எடுப்பதற்காக உள்ளே போனான். சிறிது நேரத்தில் வெளியே வந்து பார்த்தால் பைத்தியம் மீண்டும் வந்து முற்றத்தில் உட்கார்ந்திருந்தது. விநாயகம் மீண்டும் தடியை எடுத்துவந்து அவள் முன்னால் காட்டி அவளை விரட்டினான். அவள் துணிமூட்டையைக் கெட்டியாகக் கக்கத்தில் இடுக்கிக்கொண்டு மீண்டும் நடக்க ஆரம்பித்தாள். ஆலமரத்தின் முன்னால் சென்று பாதையிலிருந்த மரங்களோடொன்றாகிப் போனாள்.

விநாயகம் குளிப்பதற்காக வெளியே போனான். வாளியை நிரப்பி எடுத்துக்கொண்டு கிளர்ச்சியாகக் குளித்தான். கிணறு என்றால், ஒரு ஆழமான குழி அது. அதன் சுவர் ஒரு புறம் உடைந்து துண்டாக இருந்தது. மேலே செடிகள் படர்ந்து கிணற்றை மூடியிருந்தன. ஒரு முறை அவன் தண்ணீர் எடுக்கும்போது செடியின் மேலிருந்த பச்சைப்பாம்பு அவன் கைமேல் ஏறியது. உமா தண்ணீர் எடுத்துக்கொண்டிருந்த வேளையில் செடிகளை அவன் வெட்டிவிட்டிருந்தான். இப்பொழுது மீண்டும் அவை நன்றாக வளர்ந்திருந்தன.

குளித்துவிட்டு ஒரு கையில் வாளியையும் இன்னொரு கையின் முழங்கை மீது ஈரத்துணிகளையும் எடுத்துக்கொண்டு அவன் வீட்டிற்கு வந்தான். பார்த்தால் அந்தப் பைத்தியம் மீண்டும் வந்து முற்றத்தில் உட்கார்ந்திருந்தது.

விநாயகம் சிறிது நேரம் அவளைப் பார்த்துக்கொண்டே நின்றான். இப்பொழுது மீண்டும் இவளுக்கு என்ன சொல்லிப் புரிய வைப்பது. இப்போது இரவில் எங்கே போவாள் இவள்! என்று நினைத்த அவன் மெல்ல மெல்லப் படிக்கெட்டில் ஏறி முற்றத்திற்கு வந்தான். முற்றத்தில் கட்டியிருந்த கயிற்றில் துணிகளைக் காயப் போட்டுவிட்டுப் பைத்தியத்தை ஓரக்கண்ணால் பார்த்தான். சின்னப் பெண்ணா இல்லை வயதானவளா, கறுப்பா இல்லை சிவப்பா என ஊகிக்கக்கூட முடியவில்லை. உடம்பெல்லாம் அழுக்கு நாற்றமெடுத்தது. உடுத்தியிருந்த சேலையும் ரவிக்கையும் கிழிந்து காணப்பட்டன. ஆனால் அவனது பார்வை அந்தச் சேலையின் கிழிந்த ஜரிகை ஓரத்தின் மேல் சென்றது. புதிதாக

இருந்த அந்தச் சேலை விலையுயர்ந்ததாக இருக்க வேண்டும். ரவிக்கையும் அதைப் போலவே மஸ்லின் துணியிலானதாக இருந்தது. ஆனால் அது இப்போது கந்தலாகிவிட்டது. பதினேழு இடத்தில் கிழிந்திருந்தது. ஒரு பொத்தான்கூடச் சரியான இடத்தில் இல்லை.

யார் இவள், எங்கிருந்து வந்தாள் இந்தக் காட்டிலிருக்கிற ஒதுக்குப்புறமான பகுதிக்கு?

யாராவது இடம் கொடுங்கள். எனக்கு ஏன் இந்த வேலை? இன்று ஒரு இரவு. நாளை முதலாவதாக இந்தக் காட்டிலிருந்து கூட்டிக்கொண்டு போய்த் தொலைவில் விட்டுவிட்டு வர வேண்டும். பையத்தியக்காரி கூட அரசாங்கச் சாவடியில், கேவலமாகப் பார்ப்பாங்க எல்லோரும்.

அவன் உள்ளே சென்று விளக்கைப் பற்றவைத்தான். அடுப்பைப் பற்றவைத்து அதன் மேல் சமைக்கும் பாத்திரத்தை வைத்தான். அடுப்பின் முன்னால் குத்தவைத்துச் சிறிது நேரம் நெருப்புக் காய்ந்துகொண்டு உட்கார்ந்திருந்த அவன் அடுப்பு நெருப்பில் ஒரு பீடி பற்றவைத்துப் புகைத்துவிட்டுப் பிறகு எழுந்தான். தேங்காய்த் துருவியில் ‘கர், கர்’ எனப் பாதித் தேங்காயைத் துருவி அதில் சிறிது மிளகாய்ப் பொடி, கொத்தமல்லிப் பொடியைச் சேர்த்து அம்மிக் கல்லில் வைத்து அரைத்தான். முன்பு யாரோ ஒருவன் அவனுக்கு மான்கறி கொண்டு வந்து கொடுத்திருந்தான். அதை இரண்டு துண்டாகப் போட்டுக் குழம்பு செய்தான்.

அவன் சாப்பிட்டுவிட்டு விரைவாகத் தூங்கப் போனான். சுற்றிலும் இருள் கவ்வியிருந்தது. இருளில் காடு மேலும் காரிருளாகக் காட்சியளித்தது. அந்தியும் சாய்ந்து விட்டதால் அவன் மீண்டும் வெளியே வரவில்லை. பின்னர் படுக்கையிலேயே படுத்துக் கிடந்தான், தூக்கம் வரும்வரை.

இரவு எவ்வளவு விரைவாக வந்தாலும் உமா இருக்கும் பொழுது மகிழ்ச்சியாக இருந்தது. இப்பொழுது மட்டும் நேரம் போவதில்லை. அட்டைப்பூச்சி ஒட்டிக்கொண்டிருப்பது போல இரவு வாழ்க்கையோடு ஒட்டிக்கொண்டிருக்கிறது. வயிறு நிரம்ப இரத்தத்தை உறிஞ்சிவிட்டு அட்டைப்பூச்சி வெளியேறி விடுவதைப் போலக் காலை உதயமாகிறது.

எப்போதாவது உமாவிடம் அவன் கேட்பான், ‘உமா, உனக்கு இந்தக் காட்டில் பயமில்லையா?’

அவள் சொல்வாள், 'நீங்க கூட இருக்கறப்ப அப்பறம் என்ன காடு?'

ஒருவர் தன்மேல் இந்தளவு நம்பிக்கையுடன் இருப்பதை எண்ணி அவனின் இதயம் பூரிப்படைந்தது.

ஆனால் போய்விட்டது அது. நன்றியுணர்வுடன் என்னைத் தனியாக விட்டுவிட்டுப் போய்விட்டாள். அவனுக்குப் படுக்கையில் கைகால்கள் அடித்துப் போட்டது போல இருந்தன. கோபமும் துக்கமும் வாட்டின.

வெளியே அந்தப் பைத்தியத்திடமிருந்து சின்ன சத்தம்கூட எழவில்லை. ஆனால் வெளியே இரவுப்பூச்சிகளின் கூட்டம் ஒன்று 'சீங்' எனக் கீச்சிட்டது. தொலைவில் காட்டில் மான் கத்திக் கொண்டிருந்தது, அந்தச் சத்தம் காற்றில் வந்த வண்ணமிருந்தது. சாவடி அறையின் சுவரில் எங்கோ உட்கார்ந்துகொண்டு ஆந்தை அலறியது. 'ஹூ, ஹூ' என்ற சத்தத்தால் எங்கும் பயம் பரவியிருந்தது.

பைத்தியம் வெளியே இருக்கிறதா? இருந்தால் மீத மிருக்கும் உணவினைப் போட்டுவிடலாம் எனத் தட்டில் எடுத்து வந்தான் . . . வேண்டாம். செத்துப் போகட்டும். எனக்கு ஏன் தோணுது? யார் அவள் எனக்கு? நாளைக்கு இங்கே செத்துப் போய்விட்டால் இழுத்துக்கொண்டு போய் மறைவான இடத்தில் போட்டுவிட வேண்டும்.

யாருமே இல்லையா இவளுக்கு? எங்கிருந்து வந்திருக் கிறாள்? எங்கேயாவது பாதை தவறிவந்து இந்தக் காட்டில் இருக்கிறாளா! மக்கள் என்ன சொல்வார்கள்? தலையின் நரம்பு ஒன்றில் ஏற்பட்ட பாதிப்பால் இப்படிப் பைத்தியமாகிச் சுத்துகிறாளென்றா! திடீரென்று இரத்தம் வெளியேறி இறந்ததால் மக்கள் சொல்கிறார்கள் உமா சாகவில்லை, அவள் சேனைக்கிழங்கு இலையிலிருக்கும் நீர்! என்று.

இருந்தும் அவன் பிடிவாதமான மூர்க்கனைப் போலத் படுத்துக்கொண்டிருந்தான்.

அவன் காலையில் எழுந்து வெளியே வந்தான். பைத்தியம் இறந்துவிட்டது போல அசைவில்லாமல் படுத்திருந்தது. மார்பு மெல்லமெல்ல அசைந்துகொண்டிருந்தது. அவன் பைத்தியத்தைப் பாவமாகப் பார்த்தான். அவனுக்குத் தோன்றியது, இவள் வறுமை நிலையிலிருக்கும் பைத்தியம் போல இல்லை. ஒல்லியாக,

தளர்ந்து, அழுக்காக இருப்பது உண்மை. ஆனால் இயற்கையாகப் புறத்தோற்றத்தில் கொஞ்சம் கொஞ்சம் அழகு மின்னுகிறது, பட்டுத்துணி மங்கிக் கந்தலாகி விட்டதைப் போல. யார்தான் இவள்?

காலையில் பால் எடுத்துவந்த பால்காரப்பையன் பாத்திரத்தில் பாலை ஊற்றியவாறே பைத்தியத்தைப் பார்த்து விட்டுக் கேட்டான், "இவள் இங்க எப்படி வந்தாள்? நேத்து இவளை ஷிதராமோட கடைக்குப் பக்கத்தில டிரைவரும் கிளினரும் லாரியிலிருந்து கீழே இறக்கிவிட்டிட்டுப் போனாங்க. யல்லாபூரிலிருந்து வரும்போது நைசாக இவள் லாரியில எப்படியோ ஏறியிருக்கறாள். இவளைக் கண்டதும் அடிச்சு விரட்டி விட்டுட்டாங்க அவங்க."

விநாயகம் குற்ற உணர்ச்சியுடன் அவளைப் பார்த்துக்கொண்டு நின்றான். ஆனால் அவனுக்கு அவள்மீது கருணை மட்டும் வரவில்லை.

அவன் அளவாக ஐந்து சோளரொட்டி சுட்டான். ஒன்றைத் தேநீருடன் சாப்பிட்டான். நான்கினைத் தூக்குவாளியில் வைத்துக் கொண்டான். நேற்று முன்தினம் தோப்பிலிருந்து வரும்பொழுது கேஷவ் பட்டின் பண்ணையிலிருந்து நான்கு வாழைத் தண்டுகள் கேட்டு வாங்கி வந்திருந்தான். அவற்றில் இரண்டை வெட்டிப் பொறியல் செய்தான். வாழைத் தண்டின் காரமான பொறியலும் சோளரொட்டியும்.

அடுப்பில் ரொட்டி சுட்டபோது சட்டென்று பைத்தியத்தின் நினைவு வந்தது. இருந்தும் அவன் அவளை மீண்டும் மீண்டும் விரட்டிவிடுகிறான். ஏன் வருகிறாள் இங்கே. என்னைச் சோதித்துப் பார்க்க யாரோ அனுப்பி வைத்திருக்கிறார்கள் போல. எனக்கு வேண்டாம் இவள். நான் சொட்டுத் தண்ணீர் கூடக் கொடுக்கமாட்டேன் இவளுக்கு.

அவன் அந்த அழுக்குக் காக்கி உடையை அணிந்து கொண்டான். கையில் தூக்குவாளியையும் தோளில் ரெயின் கோட்டையும் போட்டுக்கொண்டு கதவைச் சாத்திவிட்டு வெளியே செல்வதற்குப் புறப்பட்டான். அரசாங்கம் முன்பு எப்போதோ மழைக்காலத்தில் பயன்படுத்திக் கொள்வதற்காக இவனுக்கு இந்த ரெயின்கோட்டைக் கொடுத்திருந்தது. ஆனால் இப்போது அந்தப் பழக்கத்தினால் வெயில்காலத்தில்கூட வெளியே செல்லும்போது ரெயின்கோட் போட்டுக்கொள்கிறான். காவலாளிகளெல்லாம் சிரிப்பார்கள். கூலியாளாக இருக்கும் போதிலிருந்தே தோளில்

கம்பளி போட்டுக்கொள்வது அவனுடைய பழக்கமென்று சொன்னார்கள்.

அவன் முற்றத்திற்கு வந்தபோது பைத்தியம் எழுந்து உட்கார்ந்திருந்தது. தலையில் கைவைத்து முடியை இழுத்து இழுத்துச் சொறிந்துகொண்டிருந்தது. அவனை எதிரே பார்த்த வுடன் அவள் திடீரெனக் கையை அவன் முன்னால் ஏந்தினாள், பிச்சைக்காகத் திருவோட்டை முன்னால் நீட்டுவது போல.

அவளுடைய நடுங்குகிற கையில் பசியின் ஓர் உக்கிரமான வேகம் இருந்தது. அவளுடைய வெறுமையான குழிவிழுந்த கண்களில் பசியின் பெருந் தீ எரிந்துகொண்டிருந்தது. அவளுடைய அனைத்தும், எல்லாமும் பைத்தியத்தால் வருகிறது. ஆனால் அவளுடைய பசி மட்டும் உண்மை. களங்கமற்ற உண்மை என்று விநாயகத்திற்குத் தோன்றியது.

பார்க்கப் பார்க்க அவனுக்குத் தெளிவாகத் தெரிந்தது, அவளின் கண் மடல்கள் வேகமாக மூடித் திறந்துகொண்டிருப்பது; அவள் கண்களில் ஆன்மா துடித்துக்கொண்டிருப்பது; வெறுமை யான கண்களில் நீர் தேங்கியிருப்பது;

சிறிது நேரம்தான். அடுத்த நிமிடத்தில் அவள் முகத்தை முழுவதும் மறைத்துக்கொண்டு சிரிப்பதும் அழுவதுமான விளையாட்டைத் தொடங்கியிருந்தாள். மீண்டும் ஒரு முறை இவள் உண்மையாகச் சிரிக்கிறாளா இல்லை அழுகிறாளா எனச் சோதித்துவிட முயற்சி செய்தான் அவன். அவள் சிரிக்கவில்லை, அழுகிறாள் என்று அவனுக்கு உறுதியாகத் தெரிந்தது.

அவன் வேகவேகமாகக் கையிலிருந்த தூக்குவாளியை வைத்தான். அதிலிருந்து இரண்டு ரொட்டிகளை எடுத்து அதன்மேல் பழக்கூட்டினைப் போட்டு அவளின் தட்டில் வைத்தான். உள்ளே சென்று டம்ளர் நிரம்ப தண்ணீர் எடுத்துக் கொண்டு வந்தான். அதை அவளுக்கு முன்னாலிருந்த டப்பாவில் ஊற்றியபோது தண்ணீர் கீழே ஒழுகியது. பிறகு அவன் ஒரு மூலையில் செருகிவைத்திருந்த சுத்தமான, வெள்ளைநிற எனாமல் தட்டினை எடுத்து வந்து பைத்தியத்திற்கு முன்னால் வைத்து அதில் நீரை ஊற்றினான்.

டம்ளரை உள்ளே வைத்துக் கதவைச் சாத்திவிட்டுக் காட்டிற்குச் செல்லப் புறப்பட்டான்.

அந்த எனாமல் தட்டு அவனுடைய மனைவி உமா அங்கே செருகி வைத்திருந்தது. உமா இறந்தபின் இன்றுதான்

அவன் அதைக் கையால் தொடுகிறான். உமா மாதவிடாய்க் காலங்களில் வெளியே உட்காரும் நேரங்களில் இந்தத் தட்டில் தான் சாப்பிடுவாள். பிறகு மூன்றாவது நாள் குளித்துவிட்டு, முன்பு இருந்ததைப் போல அந்தத் தட்டை அங்கே காலியிடத்தில் செருகி வைத்துவிடுவாள்.

எத்தனைச் சம்பிரதாயங்கள் அவளின் அந்த மாதவிடாய் நாட்களில். மூன்று நாட்கள் மாதவிடாய்ச் சேலையை உடலில் சுற்றிக்கொண்டு வெளியிலிருக்கும் அறையின் ஒரு மூலையில் அமைதியாக உட்கார்ந்திருப்பது, உட்கார்ந்துகொண்டு எனக்கு இதைச் செய், அதைச் செய் எனக் கட்டளையிடுவது, என்னுடைய தடுமாற்றத்தைக் கண்டு கோபப்படுவது, பரிகசித்துச் சிரிப்பது, எனக்கு அவளருகிலிருக்கக் கூடிய வாய்ப்பு இல்லை. உணவளிக்கும்போது அகப்பையை மேலே பிடித்துக்கொண்டு பரிமாறுவேன் நான்.

மூன்று நாட்களும் காலையில் எழுந்ததும் கிணற்றடிக்குப் போவாள். மாதவிடாய்த் துணி, தூங்கிய போர்வை, தெரியாமல் தொட்ட அனைத்தையும் துவைப்பதற்கு எடுத்துக்கொள்வாள். துவைத்த துணிகளைக் கிணற்று மேட்டில் உலர்த்துவதற்குப் போட்டுவிட்டு வெந்நீரில் குளிக்கச் செல்வாள். அந்த நாட்களில் நான் அண்டா நிரம்ப தண்ணீரைச் சூடாக்கி வைப்பேன்.

அருகில் தயக்கத்துடன் அமர்ந்திருக்கும் என்னைக் கடிந்துகொண்டு சொல்வாள், ‘நீங்க பேசாம போயிச் சந்தனம், மஞ்சளைக் கல்லுல அரைச்சுக்கொண்டு வாங்க’ என்று.

அவள் நன்றாகக் குளித்துவிட்டு வரும்போது நான் கிண்ணத்தில் சந்தனம், மஞ்சள் அரைத்து வைத்திருப்பேன். குளித்து வந்து உடல் முழுவதும் அந்த மஞ்சள், சந்தனத்தைப் பூசிச் சுத்தப்படுத்திக்கொண்டு வருவாள். சாவடிக்குள் வரும்போது கூடக் கையில் மாட்டுச் சாணத்தைப் பிடித்து வறண்டகுச்சிகளை வைப்பாள்.

பின்பு அவல் நனைத்து வைத்துவிட்டுத் தேநீர் தயார் செய்வாள். நாங்கள் இருவரும் சேர்ந்து தேநீர் அருந்திவிட்டு உட்கார்ந்திருப்போம். அப்பொழுது அவளின் உடலில் அபூர்வ மான வாசனை வரும். ஈரமாக விடப்பட்டிருந்த அவள் கூந்தலி லிருந்து வாசனை தவழ்ந்து வருவது போலத் தோன்றும். அவளுக்கு மாதவிடாய் என்றால் ஒரே கொண்டாட்டமாக இருக்கும். அது ஒவ்வொரு மாதமும் வந்துவிடும்.

ஒரு முறை அந்த மாதவிடாய்க்கான நாள் நெருங்கியது. நாட்கள் தள்ளிப் போனதைப் புரிந்துகொண்டு அவள் மகிழ்ச்சியில் திளைத்திருந்தாள்.

ஆனால் அந்த நாள் வரும்முன் அவள் வாழ்கையின் விதி முடிந்துவிட்டது. முன்பு மகிழ்ச்சியாக இருந்த அந்த நாட்கள் பின்னர் வரவேயில்லை. ஒவ்வொரு மாதமும் முன்பு போலவே மாதவிடாய்க்காக வெளியேவே உட்கார்ந்திருக்கலாம். எதுவும் வேண்டாம். ‘குழந்தையாவது கிழந்தையாவது.’

‘ஊர்ல யாருக்கும் பொண்டாட்டியே இல்லையா? ஏழேழு குழந்தைகள் பெத்திருக்காங்க சாதாரணமாக. ஆனால் இங்க சாவு விழுந்திருக்குது.’

ஒரு முறை வேண்டாம், வேண்டாமெனச் சொல்லிக் கொண்டிருந்த என்னை அருகிலிருந்த தபளகாய் மலைக்கு அழைத்துச் சென்றாள். அங்கே பாறையில் இருந்த தபளகாயின் பாதத்தைப் பார்ப்பதற்கும் அங்கிருந்த சிவலிங்கத்திற்குப் பூஜை செய்வதற்கும். அந்தப் பெரிய மலையில் ஏறி வருவதற்குள் உயிரே போய்விட்டது. எப்பொழுதும் ‘தேவா, தேவா’ எனச் சொல்லிக்கொண்டிருந்தாள். அங்கே நடக்கும் அமாவாசை, விஷேச பூஜைகள் என அனைத்தும் அத்துப்படி அவளுக்கு.

இறைச்சடங்குகள் எல்லாம் பொய். ஏமாற்றுக்காரர்கள் பலர்!

அவனுக்குப் பயத்தில் மனம் சோர்வடைந்தது போல இருந்தது. தோப்பிற்குச் செல்ல வேண்டாமென நினைத்தான். காட்டிற்குள் சென்று எங்கேயாவது மரத்திற்குக் கீழே நிம்மதியாக இருந்துவிடலாம். இல்லையென்றால் காட்டில் ஒதுக்குப்புறமான மரத்தைக் கண்டுபிடித்து அதில் தொங்கிவிடலாம் என நினைத்தான்.

முன்னால் இரண்டுபேர் வந்தனர். ஒருவன் கையில் பெரிய அரிவாள் இருந்தது. விநாயகம் அவனைச் சத்தம் போட்டான். “அரிவாள தூக்கிட்டுச் சுத்திட்டு இருக்கற. பண்ணு, பூரா காட்டை யும் நாசம் பண்ணு. வெட்டி வீசு எல்லாத்தையும். என்னையப் பழிவாங்கறதுக்குக் காட்டை அழிச்சிட்டு இருக்கற நீ! உன்மேல சட்டப்படி நடவடிக்கை எடுக்கறேன் நான். விடமாட்டேன். திருடன் எத்தனை நாளைக்கு ஒழிஞ்சிட்டுச் சுத்துவான்.”

அவர்கள் அவனைச் சிறிது வித்தியாசமாகப் பார்த்தனர். பின்பு அதில் ஒருவன் சத்தமிட்டான் “உன்னோடது எல்லாம்

அழிஞ்சு நாசமாயிடுச்சா என்ன? அரசாங்க ஆளுங்கறதால உன்னைய விட்டிட்டுப் போறேன். எங்கயாவது எதையாவது சொல்லிட்டு இருந்த."

விநாயகம் பேசாமல் நின்றுகொண்டான்.

. . . யாரு இந்தப் பைத்தியம்? எங்கிருந்து வந்திருக்கிறாள்? உடம்பில் ஜரிகை போட்ட சேலை, வெல்வெட் ரவிக்கை போட்டிருக்கிறாள். நெற்றியில் குங்குமம் வைத்திருந்த தழும்பு அப்படியே இருந்தது. யாரோ அறியாத துரதிருஷ்டமான ஜீவன்! இறைவா, மனிதர்களை இந்த மாதிரித் தொந்தரவு செய்கிறாயே நீ!

பாதையருகில் இருந்த ராமராய் பட்டின் பண்ணையில் கூலியாட்கள் பாக்கு எடுத்துக்கொண்டிருந்தார்கள். விநாயகம் அந்தப்பக்கம் சென்று "ரெண்டு பாக்கு வீசுய்யா இங்க" என்று கேட்டான்.

பாக்கினைப் பிரித்து எடுத்துக்கொண்டிருந்த கூலியாள் நான்கு பழுத்த பாக்குகளை அவனிடம் வீசினான். அவன் அவற்றில் ஒன்றைக் கல்லில் வைத்து உடைத்து இரண்டு துண்டாக்கி வாயில் போட்டுக்கொண்டான்.

மேலே பாக்குமரத்தில் ஏறியிருந்த வேலையாள் கீழிருந் தவனைப் பார்த்துக் கேட்டான், "அந்த கார்டு இல்லையா இவன், அவனோட பொண்டாட்டிகூட ஆஸ்பத்திரிக்கு எடுத்திட்டுப் போற வழியில செத்துப் போயிருச்சே!"

"அவனே தான். பொண்டாட்டி செத்ததிலிருந்து ஒரு மாதிரியாச் சுத்திக்கிட்டு இருக்கறான் அவன்."

அன்று நாள் முழுவதும் அவன் தோப்பில் எதுவும் பேசாமல் மௌனமாக இருந்தான். வேலையாட்களும் அதிகமாக எதுவும் பேசவில்லை. இருந்தும் தன்னுடைய காதிலிருந்து பீடியொன்றை எடுத்துக் கொடுத்தபடியே ஒரு வேலையாள் இவ்வாறு சொன்னான், "வானத்திலிருந்து குதிச்சுக் காட்டுல விழுந்த மாதிரியான நிலைமைதான் மனஷனோடது. யாரோட விதியில என்ன எழுதி வச்சிருங்காங்கன்னு யாருக்குத் தெரியும்! இப்ப என்னையப் பாருங்க! மண்ணுளிப் பாம்பு கடிச்சப்ப மூணு டம்ளர் இரத்த வாந்தியெடுத்தேன். இருந்தும் பொழைக்கிலையா? எல்லாம் விதியோட விளையாட்டு!"

இரத்தத்தைப்பற்றிப் பேசியதும் விநாயகத்திற்குப் பயம் அதிகமானது. வாழ்க்கை என்பது ஏற்றமும் இறக்கமும் தானே.

அவன் தோப்பிலிருந்து வீட்டிற்குத் திரும்பி வரும்போது பைத்தியம் இரண்டு முழங்கால்களையும் மடித்துத் தன்னுடைய தாடையில் வைத்துப் பகட்டாக உட்கார்ந்திருந்தது. அவன் முன்னால் சென்றபோதும் அவள் கொஞ்சமும் அசையவில்லை. விநாயகத்திற்குத் தோன்றியது, இவளை அப்படியே முற்றத்திலிருந்து கீழே தள்ளிவிட்டால் என்னவென்று. பிணம் படுத்திருப்பதைப் போல இப்படியே படுத்துக்கிடப்பாளா இல்லை எழுந்து போய்விடுவாளா எனப் பார்த்தான்.

அவன் முன்னே சென்று அவளின் காதருகில் சத்தமாகக் கத்தினான், "நீ இன்னும் போகலையா இங்கிருந்து? இன்னும் போகத் தோணலையா?"

பயந்துபோன அவள் ஆழ்ந்த பார்வையினால் கண்ணிமைகளைக்கூட இமைக்காது அவனைக் கூர்மையாகப் பார்த்தாள். விநாயகத்தினால் அந்தப் பார்வையைப் புரிந்துகொள்ள முடியவில்லை. கொஞ்ச நேரத்தில் அவள் அந்தச் சிரிப்பதும் அழுவதுமான விளையாட்டைத் தொடங்கிவிடுவாளோ என்று எண்ணினான். அவன் வேகவேகமாகத் தள்ளி நின்றுகொண்டான்.

அவன் பக்கத்தில் நின்று ஒரு முறை உற்றுப் பார்த்தான். முன்னர் தந்திருந்த அந்த எனாமல் தட்டைத் தன்னுடைய மூட்டைக்குள் கட்டி வைத்திருந்தாள். எடுத்திட்டுப் போகட்டும் அந்தத் தட்டை அவள். மீண்டும் எப்பொழுது, யார் இந்தச் சாவடியில் மாதவிடாய்க்காக வெளியே உட்காரப் போகிறார்கள்! என்று தனக்குள்ளாகப் பேசிக்கொண்டான் விநாயகம்.

அவன் அறைக்குள் சென்று உணர்ச்சியற்றவனைப் போல நின்றிருந்தான். ஏன் எதையுமே புரிந்துகொள்ளாமல் இருக்கிறாள். அணிந்திருந்த உடையைக் கழற்றுவதா இல்லை முதலில் பாத்திரங்களைக் கழுவுவதா, அடுப்பைப் பற்றவைப்பதா இல்லை முதலில் குளித்துவிட்டு வருவதா எதுவுமே அவனுக்குப் புரியவில்லை. அவன் வெளியே வந்து எப்பொழுதும் போலப் பீடியைப் புகைத்தபடியே சிறிது நேரம் அத்திமரத்தின் கீழ் உட்கார்ந்திருந்தான். வீட்டிற்கு அருகிலிருந்த ஒத்தையடிப் பாதையில் கேஷவ் பட்டின் இளைய மகன் வந்துகொண்டிருந்தான். விநாயகத்தைப் பார்த்துச் சொன்னான், "பரதநள்ளி[7] காட்டில் நேத்துப் புலி மூணு தோராக்களை[8] ஒரே இடத்தில் அடிச்சுப்

---

7. பரதநள்ளி *(Bharatnalli)*, உத்தர கன்னட மாவட்டத்தில் உள்ள பகுதி.

8. தோரா என்பது இறந்த மாடுகளின் தோலைப் பிரித்தெடுக்கும் சாதியைச் சார்ந்தவர்களைக் குறிக்கும்.

போட்டிருச்சு. கொரவலையக் கடிச்சு இரத்தத்தை உறிஞ்சிட்டுப் போயிருச்சு. சதையில்லெல்லாம் வாய் வைக்கலை.”

விநாயகம் மனதிற்குள்ளாகப் பேசிக்கொண்டான், ‘சடலம் எங்க போச்சு. சும்மா எப்போதும் ஒவ்வொரு கதை சொல்லுகிறான்.’ நேற்று முன்தினம் சொன்னான், ஹஸனண்ணா ஸித்தி, காட்டுப் புதருக்குள் இழுத்துத்திட்டுப் போய் தன்னுடைய மனைவியின் கழுத்தை வெட்டுக்கத்தியால் வெட்டி விட்டானென்று. விசாரித்த பின்னர்தான் புரிந்தது அனைத்தும் பொய்யென்று.

கேஷவ் பட் இந்த மகனை நன்றாகப் படிக்கவைக்க வேண்டுமென்று யல்லாபூருக்கு அழைத்துப் போய்ச் சேர்த்திருந்தார். பின்பு தார்வாரில்[9] கூட வைத்திருந்தார். ஆனால் இவன் படிப்புக்கு முழுக்குப் போட்டுவிட்டு வந்துவிட்டான். இப்பொழுது சொல்கிறான், நான் தோப்பிலிருக்கும் தென்னை, பாக்கு மரங்களையெல்லாம் கவனிக்கப் போகிறேனென்று.

விநாயகம் எழுந்தான். பிய்த்தெறிவது போல உடலிலிருந்த ஆடையைக் கழற்றி ஆணியில் மாட்டினான். பின்பு காய்ந்து கிடந்த விறகுகளை எடுத்துவந்து அடுப்பில் குவியலாகவைத்து அதன்மேல் மண்ணெண்ணெய் ஊற்றித் தீப் பற்றவைத்தான். நெருப்புப் பிழம்பாகக் கொளுந்துவிட்டு எரிந்து மேலே மேற்கூரை வரை சென்றது.

அடுப்பில் சாதத்திற்குப் பாத்திரத்தை வைத்துவிட்டுக் கிணற்றடிக்குச் சென்று குளிர்ந்த நீரில் குளித்து வந்தான். உள்ளே வரும்பொழுது ஒரு முறை அவன் பைத்தியத்தைக் கோபத்துடன் பார்த்தான். “இந்த வீடு கெடைச்சதும் நீ எல்லாத்தையும் விட்டிட்டு இருக்கற!” என்று கூறிவிட்டு உள்ளே வந்தான். முறத்தில் அரிசியைப் போட்டுக்கொண்டு புறக்கடைப்பக்கம் சென்று அதை நன்றாகக் கழுவி அப்படியே பாத்திரத்தில் போட்டான். தனக்கான அரிசியை மட்டும் கழுவாமல் இரண்டு பேருக்கான அரிசியைத் தன்னையறியாமல் பாத்திரத்தில் போட்டது பின்னரே அவனின் நினைவிற்கு வந்தது.

பின்னர் அவன் கல்லில் கொஞ்சம் சோல்கடி[10] அரைத்தான். அடுப்பில் கருவாட்டை வறுத்தான். இரவு நேரங்களில் அம்மா

---

9. கர்நாடக மாநிலம், மேற்குக் கடற்கரையோர எல்லைப் பகுதியில் அமைந்துள்ள ஒரு மாவட்டமே தார்வார் *(Dharwad)*.

10. சோல்கடி – தேங்காய்ப் பால், கோகம் (முர்கல்) இலைகள் சேர்த்துத் தயாரிக்கப் பெறும் காரமான குடிநீர் பானம். கோவாவில் இது பரவலாகப் பயன்படுத்தப் பெறும் ஒன்றாகும்.

எப்போதும் சோல்கடி செய்யமாட்டாள். இரவு சோல்கடி சாப்பிடக்கூடாது என்று சொல்லுவாள். அம்மாவிடம் ஏன் என்று கேட்டபோது சொன்னாள், 'சுடுகாட்டுல பொணத்த எரிச்சிட்டுப் போன பின்னால ராத்திரி வந்து சோல்கடியோட வேகவச்ச சாப்பாட்டைச் சாப்பிடுவாங்க. அது கெட்ட சகுனங்கறதால வீட்டுல செய்யக்கூடாது.'

அவன் மனதிற்குள் சொல்லிக்கொண்டான், 'ஆனா அம்மா, இப்ப நானும் ஒரு பொணம் ஆயிட்டேன். தினமும் நானும் எரிஞ்சிட்டு இருக்கறேன்.'

அவன் கஞ்சி வடித்தபின் சோற்றுப் பாத்திரத்தின் மூடியைத் திறந்து பார்த்தால் பாத்திரத்தில் சோறு நிறைந்திருந்தது. இவ்வளவு அரிசியை எதற்காகப் போட்டேன் நான் பாத்திரத்தில்!

அவன் இன்னொரு சிறிய சோற்றுப் பாத்திரத்தை முன்னால் இழுத்து அது முழுவதும் நிறையுமளவு சாதத்தைக் கொட்டினான். இன்னொரு கிண்ணத்தில் சோல்கடியை எடுத்துக்கொண்டான். கையில் விளக்கைப் பிடித்தவாறு சாப்பாட்டையும் சோல்கடியையும் எடுத்துக்கொண்டு பைத்தியத்திடம் சென்றான். அவள் எதிர்பார்த்துக் காத்திருப்பதைப் போலத் தட்டினை முன்னால் நகர்த்தினாள். மூட்டையிலிருந்து எனாமல் தட்டினையும் எடுத்து வைத்தாள். விநாயகம் தட்டு நிறைய சாதத்தினைப் போட்டு மேலே கூட்டினை வைத்தான். தண்ணீர் எடுத்துவர அவன் மீண்டும் உள்ளே சென்றான். சிறிது நேரத்தில் தண்ணீர் எடுத்துச் சென்றபோது அவள் அழகாகச் சாப்பிட்டுக்கொண்டிருந்தாள். சாப்பிடுகிறபோது சின்ன சத்தம்கூட எழவில்லை. சாதத்தை நன்றாகக் சோல்கடியுடன் கலந்து உருண்டை செய்து சாப்பிட்டாள். ஆனால் பக்கத்தில் வைத்திருந்த கருவாட்டை மட்டும் அவள் தொடவில்லை. வெறும் சோல்கடியை வைத்தே அந்தத் தட்டில் இருந்த சாதம் முழுவதையும் சாப்பிட்டு முடித்தாள். பின்னர் தண்ணீர் குடித்துவிட்டு மீதமிருந்த தண்ணீரைத் தட்டில் ஊற்றி அதில் கையைக் கழுவி வெளியே ஊற்றினாள்.

அவள் சாப்பிட்ட அந்த அழகைப் பார்த்து அவன் ஆச்சரியப்பட்டான். இவளைப் பைத்தியம் என்பதா இல்லை புத்திசாலி என்பதா! ஆனால் எப்பொழுதோ யாரோ சொன்னது அவன் ஞாபகத்திற்கு வந்தது, மக்கள் சந்திக்கும் நேரங்களில் தனது ஆடைகளைப்பற்றி விசாரிப்பார்கள். ஆனால் பசியை விசாரிக்கமாட்டார்கள். பசி என்றால் அது மோசமான ராட்சஷி.

இரவு உறங்கும் நேரங்களில் கொஞ்சம்கூடத் தூக்கம் வருவதில்லை. நடுநிசி வரை அவன் தனிமையில் புரண்டு படுத்துக்கொண்டிருந்தான். ஒருபுறம் பெரிய சாளரம் இருந்தது. கதவுகள் இல்லை. பனிக்கால நாட்களில் அதிலிருந்து வரும் குளிர்காற்று எலும்புகளைத் துளைத்துவிடும். சாளரத்திலிருந்து வெளியே பார்த்தால் செடிகொடிகள் பேய் பிசாசு போலக் கொடூர வடிவம் எடுத்து நின்றிருந்தன. பிசாசு இப்போது சாளரத்தின் வழியாக உள்ளே கையை அசைப்பதாகத் தெரிந்தது. இடையிடையே வெளியே 'கட், கட், கட்' எனச் சத்தம் வந்து கொண்டிருந்தது.

அவன் மெல்ல எழுந்து சாளரத்தின் வழியாகப் பார்த்தான். நிலவொளியின் மங்கிய வெளிச்சத்தில் அது மூங்கில் மரங்களுக்கிடையே நின்றிருந்தது, சாவடியின் பக்கம் நோட்டம் விட்டுக்கொண்டு சேட்டை செய்தவாறே நின்றிருந்தது யானையைப் போலிருந்த அந்தக் காட்டெருமை! முந்திய கார்காலத்தில் மூங்கில் தளிர்கள் முறிந்திருந்த நேரங்களில் அவற்றைச் சாப்பிடுவதற்கு அவ்வப்போது வரும். அன்று போலவே 'கட், கட்' என எக்காளமிட்டபடி மூங்கில் தளிர்களைக் கடித்துக்கொண்டிருந்தது. இன்று மீண்டும் அந்த நாட்கள் நினைவுக்கு வந்தன. சிறிது நேரம் அந்தக் காட்டெருமை அசையாமல் நின்றுகொண்டிருந்தது. பின்னர் யாரோ அடித்து விரட்டியதைப் போலக் காட்டிற்குள் ஓடியது. சிறிது நேரம் காட்டில் ஒரே சத்தமாக இருந்தது.

விநாயகம் திரும்பி வந்து படுக்கையில் சாய்ந்துகொண்டான். பெரிய பலம் வாய்ந்த உறுதியான கானகம்!

அவனுக்குச் சற்றே தூக்கம் வந்தபோது உமா படுக்கையில் அவனுடன் தூங்கிக்கொண்டிருந்தாள். அவன் தன்னுடைய கையை எடுத்து மேலே போட்டவாறு உடலைப் பிறாண்டுகிறான். அவன் அழுத்தமாகத் தொடையில் செலுத்துகிறான், முழுப்பலத் துடன் . . . அவனுக்குத் திடீரென்று விழிப்பு வருகிறது. பார்த்தால் எங்கும் ஒரே இருள், வெற்றிடம்.

வெளியே அரவமில்லாத அமைதி. உள்ளே காரிருள் அவனைக் குடித்துவிடத் துடிக்கிறது. இந்த உலகத்தில் அவனது திக்கற்ற தனிமை உணர்ச்சியை உக்கிரமாக்குகிறது. இந்த உணர்வு அவன் மனதில் அடிக்கடி உள்ளூர வருகிறது, அழுகையும் வருகிறது. இப்போதே சென்று எங்கேயாவது மரத்தில் தூக்குப்போட்டு வாழ்க்கையைத் துறந்துவிட வேண்டுமென்று தோன்றுகிறது.

ஆனால் அவன் தைரியம் இழந்துவிட்டவனைப்போல் இப்படித் தாழ்ந்து வாழ்ந்து வருகிறான்.

யாரோ வெளியே 'ஹூ, ஹூ' என முணங்கிக்கொண்டிருப்பதாக அவனுக்குத் தோன்றியது. அவன் கூர்மையாகக் கவனித்துக் கேட்கிறான். ஒன்றுமே புரியவில்லை, எங்கேயோ வாசனை பிடிக்கிறான். பைத்தியத்திடமிருந்துதான் இருக்க வேண்டும் இது! என்று மனதிற்குள் எண்ணிக்கொள்கிறான். இந்தப் பாழடைந்த தரிசான சாவடியில் தன்னுடன் பேசுவதற்கு யாரோ இருக்கிறார்கள்! தனிமையில் இல்லை நான் இங்கு! என்று முதல்முறையாக இன்று அவனுக்குத் தோன்றுகிறது.

அவன் மனம் தளர்ந்து போகிறது. அவனுக்கு உடனே தூக்கம் வருகிறது.

இப்பொழுது அவன் தினமும் பைத்தியத்திற்காக இரண்டு ரொட்டிகள் அதிகமாகச் சுட்டு வைத்தான். கூடுதலான சாதத்திற்குத் தேவையான அரிசியை அளந்து வடித்துவைத்தான். மீன் குழம்பிற்கு நான்கு மிளகாய்களைச் சேர்த்துப் போட்டான்.

இப்பொழுது அவன் காலையில் இரண்டு பெரிய ரொட்டிகளைத் தவறாமல் அவளுக்குத் தந்துவிடுகிறான். இரவில் தட்டு நிறைய சோறு, மீன் குழம்பு. மீன் குழம்பு எப்படி இருந்தாலும் அவள் அதை வைத்துச் சாதத்தைச் சாப்பிட்டு விடுவாள். குழம்பில் இருக்கும் மீன் துண்டுகளை அப்படியே விட்டுவிடுவாள். சாப்பிட்டபின் பார்த்தால் சாதம் எல்லாம் முடிந்திருக்கும். ஆனால் மீன் துண்டுகள் மட்டும் அப்படியே இருக்கும். ஒரு நாள் இரவு இறால் மீன் குழம்பு செய்தான். சாப்பிட்ட பிறகு பார்த்தால் அனைத்து இறால்களும் தட்டில் அப்படியே இருந்தது. "பெரிய சாமியார் பொண்டாட்டின்னு நெனப்பா உனக்கு. தட்டுல இருக்கறத ஒழுங்காச் சாப்பிடு" என்று விநாயகம் அவளைச் சத்தம் போட்டான்.

ஆனால் அவள் முகம் பார்ப்பதற்கு அமைதியும் வெறுமையும் கருகிப்போன ரொட்டியைப் போல. குழி விழுந்த கண்களினால் மேலும்கீழும் பார்த்துக்கொண்டு.

எந்நேரமும் அவளிடம் அந்தச் சிரிப்பதும் அழுவதுமான விளையாட்டுத் தொடர்ந்துகொண்டிருந்தது. இடையே தொண்டையிலிருந்து 'ஹூ, ஹூ' எனச் சத்தம் போட்டவாறு இருந்தாள், உள்ளே எங்கோ ஆழமாக வலிப்பது போல. எப்பொழுதும் துணிமூட்டையை வைத்தபடி நாள் முழுவதும்

அமைதியாகப் படுத்துக் கிடப்பாள். தலையணைக்கு அழுக்குக் கந்தல் துணிமூட்டை. குமட்டிக்கொண்டிருந்தது அந்தக் கைப்பிடியளவு மூட்டை. எப்பொழுதும் அவள் தீராத் துயரத்தை உடையவளாகக் காணப்பட்டாள். அந்தத் துயரமே சாகடித்து விடும் இதுபோன்ற நாளில்.

ஆனால் சாப்பிட அழைத்தவுடன் அவளுக்கு விழிப்பு வந்துவிடும். அவளின் அழுக்கேறிய உடலைப் பார்த்துச் சில வேளைகளில் விநாயகம் ஆத்திரப்பட்டுத் திட்டுவான், "எப்படியோ சாப்படறது நல்ல சாப்பாடு. ஆனா மூஞ்சி, கை எல்லாம் யார் கழுவுவாங்க? உன்னோட உடம்புல புழு ஊறியிட்டு இருக்குது. குளிக்கறதைக் கேடா நினைக்கற நீ. முதல்ல இந்தத் தலைமுடிக்குத் தீ வைக்கணும்."

அவளின் அந்தச் சலனமற்ற, மோனமான முகத்தைப் பார்த்து மேலும் சினத்துடன் கத்தினான். "நாளைக்கு உனக்கு டீ வெளியில வைக்கறேன்" என்றான்.

விநாயகம் அவளை முதல் ஒன்பது பத்து நாட்களில் மௌனமாகப் புரிந்துகொண்டான். ஆனால் அந்த அமாவாசை நாட்களின் இரவு நேரங்களில் மட்டும் அவள் அமளி செய்தாள். அமாவாசை இரவு இது. விநாயகத்திற்கு ஒவ்வொரு அமாவாசையின் கொடுமையும் ஞாபகத்துக்கு வந்தது. அம்மா எப்பொழுதும் சொல்லிக்கொண்டிருப்பாள், 'அமாவாசை நாளில் பிறந்த என் பையன், ஊர்க்காரர்களிடம் சாப்பாடு கேட்டு வாங்கி வாழ்ந்திட்டு இருக்கிறான். எல்லாம் அவனுடைய விதி' என்று. அவனுக்கு ஏழு, எட்டு வயதாக இருந்தபொழுது அவனின் உறவினர் கொட்டகையில் அமாவாசை நாளில் மாடு ஈன்றது. அமாவாசை நாளில் ஈன்ற மாடு வீட்டிற்கு அமங்களம் என்று அவர்கள் அந்த மாட்டை ஊருக்கு வெளியே பிடித்துச் சென்று மூக்கணாங்கயிற்றுடன் விற்றார்கள். அதிலிருந்து அவன் அமாவாசை என்றாலே பயந்தான்.

அந்த இரவில் அவள் திடீரென நெஞ்சு வலியில் துடிப்பது போல 'ஹு, ஹு' என உரக்கக் கத்தினாள். வாழ்க்கை முடியும் இறுதிக் கணத்தில் மூச்சு இழுப்பது போலத் தெரிந்தது. விநாயகம் கதவருகே வந்து அச்சத்துடன் பார்த்தான். பின்பு அவள் எழுந்து சாவடி முற்றத்தைச் சுற்றியபடி கைகளை ஆட்டியவாறு உளறிக் கொண்டிருந்தாள் – அழுதுகொண்டே பாடுவதைப் போல "தேன்கூட்டைக் கலைச்சு அதிலிருந்த ராணி தேனீய நசுக்கிக் கொன்னுட்டாங்க. எல்லாத் தேனீக்களும் எங்கிட்ட ஏன்

வருது? மூணு வேளை கறி, பயங்கரமான அடி, அழு அழு என அழுகறது ... யாரு நீ கொழுகொழுன்னு மெத்தையில உக்காந்திட்டிருக்கற அணில் மாதிரி, வயித்திலிருந்து இரத்தம் வழியுது ... என்னோட அப்பா இராணுவ வீரன். உன்னோடது எல்லாத்தையும் பிடுங்கிட்டு விட்டிட்டான் ... இரத்தத்தின் வாசனை எல்லாம். நாளத்தில் இரத்தம் ஓடியிட்டிருக்குது ... பூக்களால அலங்கரிக்கப்பட்டு வந்த அம்மன் மாதிரி. கல்யாணம் கட்டிக்கோன்னு சொன்னாங்க. ஆடை, நகைகளெல்லாம் கழற்றிட்டுத் தூங்கினாள். இப்போது கர்ப்பம் ஆயிட்டதால அழுகிறாள் ... உக்கார்றாள், எந்திரிக்கிறாள், உக்கார்றாள், எந்திரிக்கிறாள் ...”

எப்பொழுதும் போல நடந்துகொண்டே அவள் பிதற்றிக்கொண்டிருந்தாள். பின்னிரவில் அவளின் பிதற்றல் குறைய ஆரம்பித்தது. கால்கள் நடுங்கின. பின்னர் அவள் அழுக்குமூட்டையை வைத்தபடி அமைதியாகப் படுத்திருந்தாள்.

விநாயகம் நடுக்கத்துடன் அமர்ந்திருந்தான். அவன் விளக்கைக் கையில் பிடித்துக்கொண்டு அவளிடம் சென்றான். அவளின் கண்கள் திறந்தே இருந்தன. ஆனால் உயிர் பிரியும் தருணத்தை நெருங்கிவிட்டதைப் போல மெதுமெதுவாக அவள் மூச்சு வாங்கிக்கொண்டிருந்தாள்.

அவளைப் பார்த்துவிட்டு உள்ளே வந்த விநாயகத்திற்குத் தோன்றியது, ஏதாவது மாந்திரீகன், பூசாரியை அழைத்துவந்து இவளை அவன் முன்னால் உட்காரவைத்து இவளிடமிருக்கிற பைத்தியத்தை ஓட்ட வேண்டும். தலையில் பேய் பிடித்திருப்பதால் கடுமையாக அடித்து, உதைத்து விரட்ட வேண்டுமென்று.

ஆனால் அடுத்த கணத்தில் அவன் எண்ணினான், ‘எங்கேயோ! எந்த ஊர்ப் பைத்தியமோ! எனக்கு ஏன் தோணுது? காசு கொடுத்துப் பீடையைச் சாவடிக்குக் கூட்டி வந்ததால் கொஞ்சம் சோறு போட்டாச்சு.’

இரவு முழுவதும் பைத்தியம் பிதற்றிக்கொண்டிருந்தது. விநாயகத்தின் தூக்கம் கலைந்துபோனது. இருந்தும் படுக்கையில் படுத்திருப்பதை இப்போது அவன் இதமாக உணர்ந்தான். பல காலமாகச் சாவடியிலிருந்த தனிமையும் ஊடுருவியிருந்த மரணத்தின் துர்நிலைமையும் அறுபட்டு இன்று சாவடிக்கு விடியல் வந்திருக்கிறது. இந்த வெளிச்சத்தின் அலை அவன் உடல் மூலமாக வெளியேறிக்கொண்டிருந்தது.

அடுத்தநாள் மாலை அவன் காட்டிலிருந்து விரைவாகவே திரும்பினான். பார்த்தால் நான்கைந்து சிறுவர்கள் பைத்தியத்தின் அருகில் ஒன்றாய் நின்று அவளைச் சீண்டிக்கொண்டிருந்தார்கள். தடியால் முரட்டுத்தனமாகத் தாக்கி அவளைத் துன்புறுத்திக் கொண்டிருந்தார்கள். விநாயகத்திற்கு அப்படியொரு கோபம் வந்தது. தகாத வார்த்தைகள் கூறியபடியே அங்கிருந்த மரக்கட்டையை எடுத்துவந்து அவளுக்குப் பின்னால் நின்று கொண்டு சொன்னான், "இன்னொரு முறை இங்க பாத்தேன் யல்லாபூர் போலீஸ்ஸ கூட்டிட்டுவந்து ஜெயில்ல கொண்டு போயித் தள்ளியிருவேன். அரசாங்க ஆள் நான். தமாஷ் இல்லை."

இருந்தும் ஒரு போக்கிரிச் சிறுவன் மரத்தின் மறைவில் நின்றுகொண்டு "சாவடிக்குள் ஹுச் ஹுச்சி கூ . . . ய்" என்று சொன்னான்.

ஆனால் அதன்பின் அவர்கள் பைத்தியத்தின் பக்கம் வரவேயில்லை.

கார்த்திகை மாதத்தின் நாட்களாக இருந்ததால் இரவில் நல்ல குளிர் அடித்தது. அங்கிருந்த சாளரத்தின் வழியாகக் குளிர்காற்று வீசியதால் உடலில் கம்பளியைப் போர்த்தி விநாயகம் உறங்கினான். இருந்தும் அவன் குளிரில் நடுங்கிக்கொண்டிருந்தான்.

வெளியே பைத்தியம் வெட்டவெளியில் தூங்கிக்கொண்டிருந்தது. எலும்புகள் நொறுங்கிப் போய்விடும் அவளுக்கு! அவன் எழுந்தான். பெட்டியில் ஒரு பழைய குளிர்காலக் கம்பளி இருந்தது. அதை எடுத்துவந்து அவள்மேல் போர்த்திவிட்டான்.

காலையில் அவன் எழுந்தவுடனே பைத்தியத்தின் அருகில் சென்றான். மெதுவாக அந்தக் கம்பளியின் நுனியைப் பிடித்து அவளின் உடலிலிருந்து இழுத்து வெளியே தடுக்கில் வீசினான். யாராவது பார்த்தால் காரணமில்லாமல் என்னவாவது அர்த்தம் கற்பித்துவிடுவார்கள்.

அவன் கம்பளியை இழுத்து எடுத்தபிறகு அவளுடைய மேனி பாதி திறந்து காணப்பட்டது. அவளின் வலதுகை மேனியருகில் பரப்பிக் கிடந்தது. அவளின் ஒரு அக்குள், மெத்தையை ஒத்த மார்பும் திறந்திருந்தன. வறண்ட மாவு போன்ற வெள்ளையான மார்பையும் திறந்திருந்த அக்குளையும் அவன் அசையாமல் பார்த்துக்கொண்டிருந்தான்.

பைத்தியமாக இருந்தாலும் இவளும் ஒரு பெண்தானே என்பது முதல்முறையாக அவனின் கவனத்திற்கு வந்தது.

பீதியடைந்தவனைப் போல அவன் ஒரு முறை அக்கம்பக்கம் பார்த்துவிட்டு மீண்டும் அவளைப் பார்ப்பதில் மூழ்கினான்.

அவளுடைய அக்குள் கஞ்சி போலச் சுத்தமாக, மிருதுவாக இருந்தது. அங்கே ஒரு சுருக்கம்கூட விழவில்லை. அவன் எங்கேயோ கேள்விப்பட்டிருந்தான், வயதானால் அக்குள் சுருக்கம் விழும். பார்ப்பதற்குக் கறுப்பாக அசிங்கமாக இருக்குமென்று. இதைப் போலவே அவளுடைய முலைக்காம்புகளும் அழகாக இருந்தன. அவளுக்குச் சிறிதுகூடக் கறுப்பாகவில்லை. அவன் ஒரு முறை அவளுடைய முகத்தைப் பார்த்தான். ஆனால் அவளின் வயதைக் கொஞ்சம்கூடக் கணிக்க முடியவில்லை. பேய் போலவே இவள் ஒரு பெண் அவ்வளவுதான்!

மீண்டும் எட்டு நாட்கள் இவ்வாறாகக் கழிந்தன. மெல்ல மெல்ல அவளது மேனி மெருகேறியது. உடலில் கொஞ்சம் கொஞ்சமாகச் சதை கூட ஆரம்பித்தது. பதினைந்து நாட்களில் அவள் பருத்துத் திரண்டு காணப்பட்டாள். அனைத்து எலும்பு களும் மறைந்து போயின. உடல் வளைந்து முன்பிருந்த வடிவத்திற்கு வந்திருந்தது.

விநாயகம் ஒவ்வொரு நாளும் தட்டு நிரம்ப உணவும் ரொட்டியும் கொடுத்தான்.

எதற்காக நான் இவளை இங்கே சேர்த்திருக்கிறேன் என்று எப்பொழுதாவது அவன் தனக்குத்தானே கோபம் அடைந்தவனைப் போல நினைத்தான்.

ஒருவேளை பூனை 'மியாவ், மியாவ்' எனக் கத்திக்கொண்டு சாவடிக்கு வந்ததென்றால் அதற்கு நான் சோறு போடுவதுண்டு. வீட்டிற்குள் யார் எந்த வடிவத்தில் வருவார்கள் என்று சொல்ல முடியுமா என அவன் பின்னர் சமாதானம் சொல்லிக்கொண்டான். பிறகு அவனுக்குக் கொஞ்சம் சந்தோஷமாக இருந்தது, மற்றவர்களை முட்டாளாக்கி விட்டோமென்று. கொஞ்சம் துக்கமும், தன்னை முட்டாளாக்கி விட்டார்களென்று.

பைத்தியத்திற்குச் சாப்பாடு கொடுத்து வருவதிலிருந்து மற்றொன்றும் நடந்தது. கடந்த ஆண்டு முழுவதும் அவன் காட்டிலிருந்து வந்து எத்தனையோ முறை அசதியுடன், அவநம்பிக்கையுடன் இரவில் பசியுடன் தூங்கியிருக்கிறான். ஆனால் இப்பொழுது காட்டிலிருந்து திரும்பியவுடன் தலையில் சுமையைக் கொடுத்துவிட்டது போல வேலை செய்துகொண் டிருக்கிறான். மாலை முழுவதும் அவன் இதை நினைத்துப்

புழுங்கிக்கொண்டிருந்தான். முன்பெல்லாம் இரவில் படுத்தவுடன் சுற்றிலும் மோனமான அமைதியும் தனிமையும் படர்ந்திருந்தன. இப்போது இதயத்தில் பெருஞ்சுமை வந்து நெஞ்சை அழுத்துவது போலிருந்தது. சுற்றிலும் காடு உக்கிரமாகப் பற்றி எரிந்தது. அவனுக்கு அந்த வரிசையான மரங்களிடையே இருந்த பலாப்பழமரத்தின் வேரினைப் பிடித்துத் தொங்குவதைப் போலத் தோன்றியது. சிறுதூக்கம் வந்த பொழுது அங்கங்களைக் குண்டாந்தடியால் அடிப்பது போலிருக்கவே அவன் விழித்துக் கொண்டான்.

தன்னைத் தவிர்த்துக் கூடுதலாக ஒன்று இந்தச் சாவடியில் விழிப்புடன் இருக்கிறது. சாவடி இரவில் தனித்து இல்லை. எங்கோ வழி தவறி இங்கே வந்திருக்கிற அவள் தனக்குத்தானே பேசிக்கொண்டு வெளியே இருக்கிறாள்! இல்லை என்றால் யார் வரப் போகிறார்கள் இந்தப் பாழடைந்த சாவடிக்கு, என்று அந்நேரத்தில் எண்ணிக்கொண்டான்.

திடீரென்று இடையில் பௌர்ணமி அமாவாசை நேரங்களில் பைத்தியம் 'ஹூ, ஹூ' என முணங்கியது. ஒத்திசைவு இல்லாது பாடியது. அர்த்தமின்றிப் பிதற்றியது. விநாயகத்திற்குத் துரதிருஷ்டம் வந்திருந்தது. அந்தத் தொடர்ந்த எதிரொலியால் அவனுக்குத் தூக்கம் வருவதில்லை. இவளின் சத்தத்தைக் கேட்டுப் பாதையில் வசித்துக்கொண்டிருக்கும் யாராவது வந்தால் காரணமில்லாமல் இங்கே நாடகம் அரங்கேற்றப்பட்டு விடும் என்ற ஒருவிதப் பயத்துடனே விநாயகம் இருந்தான்.

அவளுக்குத் தற்சமயம் திமிர் நன்றாக அதிகரித்திருந்தது. ஆனால் அவளருகில் சென்றால் வெறுக்கத்தக்க நாற்றம் வீசியது. அவ்வப்பொழுது அவன் அவளிடம் கோபத்துடன் கத்திக் கொண்டிருந்தான். தகாத வார்த்தைகளால் வசை பாடினான். தடியால் அடிக்கவும் செய்தான். பின்னர் ஒரு முறை அவளின் அந்தக் கிழிந்த அழுக்குத் துணிமூட்டையைத் தடியால் தூக்கி வெளியே வீசினான். ஆனால் அவள் வேகவேகமாக எழுந்து மீண்டும் மூட்டையை எடுத்துக்கொண்டு விநாயகத்தைப் பரிதாப மாகப் பார்த்தாள். இப்படித்தான் இவளுக்கு வெளியுலகத்தின் அறிவே இல்லை. ஆனால் விநாயகம் எப்பொழுதெல்லாம் சத்தமாக அவளைத் தகாத வார்த்தைகளைச் சொல்லித் திட்டிக்கொண்டிருந்தானோ அப்பொழுதெல்லாம் அவள் பயத்துடனேயே இருந்தாள். புரிந்துகொள்ள முடியாத பார்வை யால் அசையாது அவனைப் பார்ப்பாள். அந்தப் பார்வை தவறு செய்துவிட்ட அவனை அலைக்கழித்துக் கொண்டிருந்தது.

ஒரு நாள் காலையில் உண்மையாகவே அவளின் அந்த அழுக்குத் துணிமூட்டையினை வெளியே வீசியெறிந்து அதன் மேல் மண்ணெண்ணெயை ஊற்றித் தீ வைத்தான் விநாயகம்.

பைத்தியம் மிகவும் வெறிபிடித்தது போலப் பதற்ற மடைந்தது. தொடர்ந்து அவள் நீண்டநேரம் சாவடிக்கு முன்னால் சாதாரணமாக நடந்துகொண்டிருந்தாள். பின்னர் ஆலமரத்தடியில் அமர்ந்துகொண்டு சிறு குழந்தையைப் போல அழத் தொடங்கினாள் . . . விநாயகம் மனதிற்குள் நினைத்தான், சிறிது நேரம் கழித்து இயல்புநிலைக்கு வந்துவிடுவாளென்று.

அவள் நீண்ட நேரமாக மரத்தடியிலேயே அமர்ந்திருந்தாள். பின்னர் அங்கிருந்து எழுந்து வரிசையாக நின்றிருந்த மரங்களுக் கிடையே மறைந்து போனாள்.

விநாயகம் அவளை எதிர்பார்த்து முற்றத்தில் அமர்ந்திருந்தான். ஆனால் பொழுது சாய்ந்த பின்பும் அவள் திரும்பவில்லை. அவன் எழுந்து மரங்களுக்கு மத்தியில் சிறு விவசாயிகள் தங்கியிருந்த இடத்திற்குப் போனான். அங்கே ஒரு வீட்டிற்கு முன்னால் ஓரமாக உட்கார்ந்திருந்தாள் அவள். எப்போதும் போலத் தலையைச் சொறிந்துகொண்டு தொழுநோயாளியைப் போல. இரண்டு மூன்று சிறுவர்கள் அருகில் நின்று அவளைச் சீண்டினார்கள். வியப்பு என்னவென்றால் அவளைச் சாவடிப் பைத்தியம் என்று அழைத்துக்கொண்டிருந்தார்கள்.

ஆனால் விநாயகம் அவளைப் பார்க்காதது போல இருந்தான். முன்னாலிருந்த ஒரு மரத்தில் சாய்த்து வைத்திருந்த ஈரவிறகுச்சுமையை நிமிர்த்தி வைத்தான். எந்தவிதக் காரணமு மில்லாமல் சிறுவர்களுக்கருகில் சென்று மிரட்டும் தொனியில் கேட்டான், "யாரு ஈரமான கட்டைகளைக் காட்டிலிருந்து அறுத்து எடுத்திட்டு வந்தது?"

படியில் அமர்ந்திருந்த ஒருவன் எழுந்து வந்து, "நாளைக்கு வாசல் வேலி அடைக்க வேணும்னு எடுத்திட்டு வந்தேன் கார்டுமாமா. காட்டில இருக்கறதை உங்களோட புண்ணியத்துல ஏழைகள் தேவைக்கு எடுத்துக்கறோம்" என்று கூறினான்.

விநாயகம் வெறுமனே 'ஹூம்' என்று சொல்லிவிட்டு அங்கிருந்து திரும்பிச் சென்றான். வீட்டிற்கு வந்து வீட்டிலிருந்த பழைய, கிழிந்த துணிகளையெல்லாம் ஒன்று சேர்த்து அவற்றை மீண்டும் ஓர் அழுக்குக் கந்தல் துணியில் வைத்துக் கட்டினான். பின் அந்த மூட்டையை எடுத்துக்கொண்டு எவரும் இல்லாத நேரம் பார்த்துப் பைத்தியத்தின் அருகாமையில் வீசினான்.

வீசியெறிந்த அந்த மூட்டை சரியாகப் பைத்தியத்தின் பின்னால் போய்விழுந்தது.

அவன் திரும்பிவந்து அவளை எதிர்பார்த்து உட்கார்ந்து கொண்டான்.

நன்றாக இருள் பரவியதும் அவள் வந்தாள். முதலில் செடிகளுக்குள்ளிருந்து பேய் போலப் பிரகாசித்தாள். பின்பு மெதுமெதுவாக நடந்துவந்து முற்றத்தில் அவளின் இடத்தில் அமர்ந்துகொண்டாள்.

பேசாமல் உள்ளே சென்ற விநாயகம் சாப்பாடு, குழம்பு எடுத்துவந்து அவளின் தட்டில் போட்டான். பின்னர் தண்ணீர் கொண்டு வந்து தந்த அவன் ஆவேசத்துடன் கத்தினான், “அழகாக் கட்டி எடுத்திட்டு வந்திருக்கற மூட்டை உன்னோடது, என்னோட தேவைக்காகவா நான் எடுத்து வச்சிட்டேன். வெட்க மில்லையா உனக்கு! கேடு கெட்டவளே! போயி அவனோட திண்ணையில உக்காந்திட்டு இருக்கற, பிச்சைக்காரி மாதிரி. நாளைக்கு எந்திரிச்சுப் போயிரு இங்கிருந்து, ஏழு ஊரு தாண்டி. பக்கத்தில இருக்காத. போகலையின்னா நானே உதைச்சுத் தள்ளியிருவேன் வெளியில.”

பைத்தியத்திற்கு இன்னொரு பழக்கம் இருந்தது. ஒரு காலை விரித்துப் பரப்பிக்கொண்டு தூங்குவாள். எப்போதாவது எட்டப் பரப்பி வைத்திருக்கும் அந்தக் கால் இடுப்பிலிருந்து கீழ்வரை திறந்தவாறு இருக்கும். இரவில் குளிருக்காக உடலில் போர்த்தியிருந்த கம்பளியைப் பிடுங்கிக்கொண்ட பிறகு, காட்டிலிருந்து மதியம் திரும்பி வருகிற நேரங்களில் அவன் அவளுடைய திறந்து கிடக்கிற கால்களைப் பார்ப்பான். எப்பொழுதாவது அருகிலிருந்து, எப்பொழுதாவது பாதி சாத்திய கதவிடுக்கில் நின்றுகொண்டு. வெள்ளையான தொடை. ஆனால் கீழே மட்டும் கறுப்பாகிக் கால்களிலுள்ள தோல் சிதைந்திருந்தது. அதிக நேரம் அவளை அப்படியே பார்த்துக்கொண்டிருப்பது அவனுக்கு வெட்கமாக இருந்தது. மெல்லமெல்ல அவன் முன்னே வந்தான். கணநேரம் எண்ணினான், அவளுடைய வெள்ளையான தொடையில் வைத்து அழுத்தி விடலாமென்று. இல்லை வேண்டாம், யாரோ எங்கிருந்தோ வந்த அசிங்கமான பைத்தியம்... அடுத்த நிமிடம் அவன் அவளின் சேலைமுனையைக் கிள்ளி எடுத்து முழங்கால்வரை இழுத்துப் போர்த்திவிட்டான்.

அடுத்த நாள் மாலை சாவடிக்கு அருகில் சிற்பி ஸோமண்ணா வும் வெங்கடேஷ ும் சென்றுகொண்டிருந்தார்கள்.

பருத்த ஆட்களான அவ்விருவரும் குழாய்ப் பணியாளர்கள். ஒயிலாகத் தோளில் ரம்பத்தை எடுத்துக்கொண்டு எங்கேயோ அறுப்பதற்காகப் போய்க்கொண்டிருந்தார்கள். எங்கே, என்ன அறுப்பதற்குச் செல்கிறீர்கள் என்று காவலாளி விசாரித்தால் கூட எப்பொழுதும் சொல்ல மாட்டார்கள். விநாயகத்தைப் பார்த்தவுடன் அவர்கள் அருகிலிருந்த சாவடிக்குமுன் வந்தார்கள். "நீ எப்படி இருக்கற கார்டுமாமா."

"எங்க போயிட்டு இருக்கறீங்க?"

"அந்தப் பண்ணையார் கிருஸ்ணப்பா கொட்டகை போட்டிட்டு இருக்கறாரு. பட்டி போடறதுக்குக் கூப்பிட்டிருந்தாரு எங்களை."

"பட்டி போடறதுக்கு இந்த இவ்வளவு பெரிய ரம்பமும் கயிறுமாயா? உங்களால தான் இந்தக் காடு அழிஞ்சிட்டு வருது."

ஸோமண்ணா சிரித்தான். "எங்களோட வயிறு நெறையறதுக்கு உங்களோட உதவி வேணும்" என்று சொல்லிவிட்டு அவன் சட்டைப் பையிலிருந்து இரண்டு, மூன்று பத்து ரூபாய் அழுக்குத் தாள்களை எடுத்து ஒன்றை விநாயகத்தின் கையில் திணித்தான். விநாயகம் வேகமாகக் கையைத் தள்ளிவிட்டான்.

ஆனால் சற்று முன்பு அவன் கவனித்தான், வெங்கடேஷ் வைத்த கண் வாங்காமல் பைத்தியத்தையே பார்த்துக்கொண்டிருந்ததை. அவன் கேட்டான், "என்ன மாதிரியான பைத்தியம் இது! பைத்தியத்தைத் தெளிய வைக்கணும்."

விநாயகத்திற்கு அவன்மீது கோபம் வந்தது. கருங்கல் மாதிரி இருக்கிற இந்த வெங்கடேஷ் சாராயம் குடிச்சே அம்மாவைக் கொன்றவன். ஊரில் இவனுக்குப் பெண் கொடுக்க யாரும் தயாரா இல்லை. அவனுடைய கையில் எப்பொழுதும் ரம்பம் இருக்கும் இல்லையென்றால் சின்னத் துப்பாக்கி.

சென்றுகொண்டிருக்கும் போதே திரும்பிப் பார்த்து ஸோமண்ணா மீண்டும் ஒரு முறை சொன்னான், "கட்டைகளை அறுத்துக் கொடுங்கன்னு எங்ககிட்ட எவனோ சொன்னான், கொடுத்தோம். திருட்டுத்தனமா எங்கயோ வெட்டிய கட்டைகள் அதுன்னு எங்களுக்கு எப்படித் தெரியும்? பின்னால் யாரோ ஒரு வனஅதிகாரி வந்தார். அவரு எங்களோட பெரிய ரம்பத்தை வீட்டிலிருந்து கைப்பத்தி எடுத்திட்டுப் போயிட்டாரு."

விநாயகம் மனதிற்குள் பேசிக்கொண்டான், 'இந்த ஊதாரிக கூட உனக்கு ஏன் கூட்டு. இந்த மாதிரி வேலைக்குப் பொறுமை வேணும் உனக்கு.'

மேலும் நான்கு ஐந்து நாட்கள் இப்படியாகக் கழிந்தன. இப்பொழுது அவன் மனதில் வன்முறையின் பயம் பரவத் தொடங்கியிருந்தது. இப்பொழுது பைத்தியத்தின் உடல்தேறிக் கட்டுக்கோப்பாக இருந்தது. 'தன்னைத் தாக்கிவிட்டு யாராவது, என்னவாவது தவறு செய்துவிட்டால் பின்பு!' என்று எண்ணினான்.

அவன் இரவில் தூங்கும்போது வெளியே மறைமுகமாகக் கண்காணித்து வந்தான். காட்டிற்குப் போனால் விரைவாகத் திரும்பிவிடுகிறான். தோப்பில் வேலையாட்கள் இல்லையென்றால் அவன் காட்டிற்குப் போவதில்லை.

ஒரு நாள் காலையில் காட்டிற்குச் சென்றுவிட்டு அவன் மதியம் விரைவாகத் திரும்பியிருந்தான். அறையின் கதவைத் திறக்கும் முன்பாகப் பைத்தியத்தின் அருகில் சென்றான். அவள் அமைதியாகக் காணப்பட்டாள். தலைமுடியில் சிக்கு விழுந்திருந்தது. அதனால் அவளுடைய நெற்றி மிகவும் அகலமாகத் தெரிந்தது. முகமும் பெரிதாகத் தெரிந்தது. நெற்றி மீதான முடியின் விளிம்புப் பகுதி நல்ல அழகாக இருந்தது. அவன் மனதிற்குள் சொல்லிக்கொண்டான், 'இவளை ஒருமுறை தேய்த்து, துடைத்துச் சுத்தம் செய்துவிட வேண்டும்' என்று. இல்லையென்றால் திரும்பவும் சிக்கு விழுந்துவிடும். செத்துப் போகட்டும், எனக்கு ஏன் தோணுது!

திடீரென அவனின் பார்வை அவள் ஆடை மேல் சென்றது. அவளின் அகலமான பார்டர் போட்ட சேலையின் மேல் குருதி கறையாகப் படிந்திருந்தது. அது சிறிது சிறிதாகக் கசிந்துகொண்டிருப்பது போலத் தெரிந்தது. அந்த நேரத்தில் அவனுக்கு ஒன்றுமே புரியவில்லை. பதற்றமான அவன், பின்பு இயல்புநிலைக்கு வந்தான். பைத்தியமும் ஓர் இளம்பெண். தனது உடல் நடத்தைகளை அவள் அறியத் தவறியிருக்கிறாள். உமாவைப் போல அவளுக்கும் இன்று மாதவிடாய்!

சில நிமிடங்கள் அவன் கண்ணிமைக்காது அந்தக் கசிந்து கொண்டிருந்த உதிரம் வழியும் இடத்தைப் பார்த்துக் கொண்டிருந்தான். அவனுக்குத் தலை சுற்ற ஆரம்பித்தது. சுற்றியுள்ள அனைத்தும் சுழலத் தொடங்கின. உதிரத் துளிகள் மின்முலாம் பூசப்பட்ட அலுமினியத் தகட்டின் மேல், கீழே

தரையின் மேல் 'டப், டப்' என விழுந்துகொண்டிருந்தன. மரணத்தைத் தந்துவிட்டுப்போன உதிரத்தின் ஒரு கொடூரமான புயல் கையில் சுத்தியலை எடுத்து அடிக்க ஆரம்பித்திருக்கிறது. பதினாறு பவுண்டு எடைகொண்ட இந்தச் சுத்தியல் அவனின் தலையில் ஏறி உட்கார்ந்துகொண்டது. ஒவ்வொரு துளி இரத்தமும் உமாவின் உடலிலிருந்து கசிந்து வெளியேறியது வாழ்வில் அறியாமல் வந்ததே. செயற்கை மரணமே வந்து போயிருக்கிறது.

உமாவுடனான நாட்கள் நினைவிற்கு வந்தன. அவள் மேனியின் மேல் மயில்தோகை வருடிக்கொண்டிருந்தது. அதுவே ஓர் இறக்கையாகி இலேசாகப் பரவிக் கடந்துபோனது. எப்படிப் பட்ட கள்ளங்கபடமற்ற புன்னகை, எப்படிப்பட்ட மென்மையான தோல், எப்படிப்பட்ட பண்பான நடத்தை, தாய்மையின் இந்தப் பரிசுத்தமான பணியைப் பார்த்து விநாயகம் மகிழ்ச்சியடைந்தான். முதல்முறையாக வாழ்க்கையில் புத்தம்புதிதாக நம்ப முடியாதது போல என்னமோ நடந்துகொண்டிருந்தது. இருவரும் அருகருகில் அமர்ந்தவாறே கனவுகளில் சஞ்சரித்துக்கொண்டிருந்தனர். மகிழ்ச்சியில் சிறுபிள்ளைத்தனமாகச் சிரித்தார்கள். எப்படிப்பட்ட மகிழ்ச்சியென்றால் ஒருவர் இன்னொருவருடன் முழுமையாகக் கலந்து போயிருந்ததொரு உவகை. இப்பொழுது எங்களைப் பிரிப்பதற்கென்றே குழந்தை வருகிறது! நாளைக்குக் குழந்தை வந்தபிறகு அவன் இரண்டு பேருக்கும்! பிறகு நாங்கள் வேறானவர்கள் எப்படி! இப்பொழுது நாங்கள் தனித்தனியாகப் பிரிந்திருந்தோம் மரணத்தால்!

விநாயகம் அன்று காட்டிற்குப் போயிருந்தான். காட்டில் சந்தன மரங்களை எண்ணும் வேலை நடந்துகொண்டிருந்தது. அவன் கணக்கிட்டவாறே போனான். உடன் இன்னொரு காவலாளி இருந்தான்.

எங்கேயோ பேச்சுச் சத்தத்தின் எதிரொலி காட்டிலிருந்து அலைபோல வந்ததைக் கேட்க முடிந்தது. சத்தம் எதிரொலியாகிக் காட்டில் ஒலித்துக்கொண்டிருந்தது. ஆனால் அர்த்தம் எதையும் விளங்கிக்கொள்ள முடியவில்லை. யாரோ யாரையோ அழைக்கிறார்கள், ஏதோ காரணமில்லாது காட்டில் கத்து கிறார்கள். ஒன்றுமே புரியவில்லை. இப்படியாக நீண்டநேரம் கேட்டுக்கொண்டிருந்தது. பின்னர் அவர்கள் ஓரிடத்தில் நின்று கூர்மையாகக் கவனித்தார்கள். உண்மையாகவே யாரோ சத்தமாகக் கூப்பிட்டுக் கொண்டிருந்தார்கள், 'ஓ, ஓ கார்டுமாமா, ஓ விநாயகம், விநாயகம் ஓ ...'

கூப்பிட்டவர்கள் ஓடி வந்தார்கள். அவர்கள் பக்கத்தில் வந்த பின்னரும் தொடர்ந்து உரக்க அழைத்தவாறே இருந்தார்கள். ஆடுமாடு மேய்த்துக் கொண்டிருக்கும் ஜிஜாப்பா ஓர் உயரமான மரத்தில் ஏறி அவர்களைச் சத்தமாகக் கூப்பிட்டார். சாவடியில் மக்கள் ஒன்றாகக் குழுமியிருந்தார்கள்.

உமாவுக்குத் திடீரென இரத்தம் பீறிட்டு வந்துகொண்டிருந்தது. உடலிலிருந்து இரத்தம் தாரைதாரையாக வழிந்தது. அப்போது சாவடியில் மற்றொரு காவலாளியான கோபியின் மனைவியும் இருந்தாள். அவள் உமாவைப் பிடித்துக்கொண்டு உட்கார்ந் திருந்தாள். உமா கொஞ்சம்கொஞ்சமாக வெள்ளையாகி வெளிறிப் போய்க்கொண்டிருந்தாள். ஊரிலுள்ள இரண்டு, மூன்று பெண்கள் அவளுக்கு என்ன என்னவோ மருத்துவம் செய்தார்கள். ஆனால் எல்லாம் பயனற்றிருந்தது.

ஊரில் மருத்துவரோ நாட்டு வைத்தியரோ இல்லை. அவளை ஷிதராமின் மாட்டுவண்டியில் யல்லாபூர் எடுத்துக்கொண்டு போகலாம் என்று யாரோ சொன்னார்கள்.

இன்னொருவர் சொன்னார், பாதை சரியாக இல்லை, போகிற வழியில் அங்கே பள்ளமும் குழியுமாக இருக்கிறது. வண்டி திடீரெனக் குலுங்கிச் சிக்கிவிட்டால் மிகவும் சிக்கலாகி விடும்.

விநாயகம் உறைந்து போயிருந்தான். அவனுக்கு என்ன செய்வதென்று தெரியவில்லை. மூளை மரத்துப் போயிருந்தது. மற்றவர்களும் பயந்து அங்குமிங்கும் ஓடிக்கொண்டிருந்தனர். அவனை ஏதாவது கேட்டால் அவன் காரணமில்லாமல் தயங்கினான். உமா ஒவ்வொரு நொடிக்குநொடி தெளிவற்று பிதற்றும் நிலைக்குப் போய்க்கொண்டிருந்தாள்.

ஒருவன் உள்ளே சென்று கம்பளி எடுத்து வந்தான். அதன் மேல் உமாவைத் தூக்கிப் படுக்க வைத்தார்கள். பின்னர் கம்பளியை முடிச்சுப்போட்டு அதில் கெட்டியான தடியை வைத்தார்கள். பின்பு அப்படியே உமாவைத் தூக்கிக்கொள்ள இரண்டு பேர் தடியைத் தோளில் வைத்துக்கொண்டனர். அவர்கள் ஒரே வேகத்தில் யல்லாபூர் போகிற வழியை நோக்கிச் சுமந்து சென்றார்கள்.

விநாயகம் சுயஉணர்விலிருந்து மீண்டவன் போல அவள் பின்னால் ஓடத் தொடங்கினான். கம்பளியின் உள்ளே கைவைத்து உமாவின் தலையைப் பிடித்தவாறு அவன் 'உமா, உமா' என்று

சொல்லிக்கொண்டு வந்தான். அவள் சக்தியை ஒன்றுதிரட்டி அவனின் வார்த்தைக்கு 'ஓ' என்றாள். சத்தம் எதிரொலித்து வெகுதூரம் கேட்டது. ஆனால் விநாயகம் மீண்டும் உமா என்று அழைப்பதற்கு அவளிருக்கவில்லை.

இப்பொழுது கம்பளி உட்பட அனைத்தும் நனைந்திருந்தன. செல்லச்செல்ல 'டப், டப்' என இரத்தத் துளிகள் வழியில் வழிந்துகொண்டிருந்தன. பாதையின் புழுதியில் இரத்தத் துளிகள் கலந்துபோயிருந்தன. இரத்தத் துளிகள் ஒரு சங்கிலி போலாகியிருந்தன. ஒவ்வொரு துளியும் விநாயகத்தின் வாழ்க்கையைப் பயமுறுத்திக் கொண்டிருந்தது. இந்தத் துளிகள் ஒவ்வொன்றிலும் அவள் இருக்கிறாள். அவனின் எதிர்காலம் எரிந்துபோகத் தொடங்கியிருந்தது. ஒவ்வொரு துளியும் இதயமற்ற பிணந்தின்னியின் கால்கள். உமாவினுடைய வாழ்க்கையின் லட்சக்கணக்கான மதிப்புடைய அந்த ஒவ்வொரு துளியும் பாதையில் விழுந்துகொண்டிருந்தது. அவள் வாழ்க்கை புதைகுழிக்குள் சென்றுகொண்டிருந்தது. அந்த இரத்தத்தைப் பார்த்தவுடன் இடையில் அவனுக்கு மயக்கம் வருவது போலிருந்தது. ஆனால் அவன் தன்னைக் கட்டுப்படுத்திக் கொண்டான். 'உமா' என்று புலம்பியபடி அவளை எழுப்பிக் கொண்டிருந்தான்.

தோளில் சுமந்து வந்தவர்கள் நனைந்து போயிருந்தனர். களைத்துப் போயிருந்தும் வேகமும் ஓட்டமுமாக வந்தனர் தூக்கிக்கொண்டு. விநாயகத்திற்குப் பின்னால் மேலும் மூன்றுபேர் இருந்தனர். ஒருவர் காவலாளி கோபி. மற்ற இருவர் ஊர்க்காரர்கள். இடையில் அவர்கள் தோள் மாற்றிக்கொண்டனர். பின்னர் அதிகப் பலம் வாய்ந்த ஒருவர் தோள் தரவேண்டியிருந்தது. அனைவரின் இலக்கும் ஒன்றுதான். முடிந்தளவு வேகமாகச் சென்று யல்லாபூர் சேர வேண்டும்.

ஆனால் இரத்தம் நிற்காமல் வழிந்துகொண்டிருந்தது. விநாயகம் 'உமா!' என்று கூப்பிட்டுக்கொண்டிருந்தான். ஆனால் சலனமில்லை. அவன் மீண்டும் அழைத்தான், தொட்டுப் பார்த்தான், அவனுக்குச் சிறிதுகூட உஷ்ணம் தெரியவில்லை. அவள் மரக்கட்டை ஆகியிருந்தாள். பீறிட்ட இரத்தம் விநாயகத்தின் மேல் வழிந்தது. அவன் 'உமா' என்று ஓலமிட்டுக்கொண்டே பாதையில் தொப்பென விழுந்தான். தலையில் கையை வைத்தபடி அழத் தொடங்கினான்.

தோளில் சுமந்து வந்தவர்கள் உமாவைக் கீழே வைத்தனர். கீழே வைத்தவுடன் அவளுடைய கழுத்துச் சரிந்து விழுந்தது.

கம்பளியில் வளைந்திருந்த கை, கால்கள் கோணிப் போயிருந்தன. பன்னிரண்டு மைல் தூரப்பாதை, ஆனால் ஏழு மைல் தான் முடிந்திருந்தது.

"யோவ் பாருங்கய்யா. இன்னும்கூடக் கொஞ்சம் உஷ்ணம் இருக்குது."

"விநாயகம் அழாத. உணர்ச்சிவசப்படாமப் போ. இப்போ முன்னாடி தூக்கிட்டுப் போறதா இல்லை பின்னாடியா?"

"என்னோட முன்னாலயும் யாரும் இல்லை, பின்னாலயும் யாரும் இல்லை, உமா என்னைய இடையில விட்டிட்டுப் போயிட்டாளே!"

அனைவரும் என்ன செய்யலாமென்று யோசனை செய்தவாறு சிறிது நேரம் பாதையின் ஓரத்தில் உட்கார்ந்திருந்தனர். அவர்கள் ஒருவருக்கொருவர் ஏதோ பேசினர்.

"இப்ப யல்லாபூருக்கு உடலை எடுத்திட்டுப் போயி நாம என்ன பண்றது?"

"அங்க அவங்களோட சொந்தக்காரங்க இருந்தா பொணத்த அங்க தூக்கிட்டுப் போயி அடக்கம் செஞ்சிட்டு வரலாம்."

"ஆனா யாராவது இருக்க வேணுமில்லையா?"

"கார்டுமாமாவோட பூர்வீகம் கார்வார்[11]. இப்ப இந்த உடலை அங்க எடுத்திட்டுப் போறது நல்லதுதான்."

"கார்வார் இங்கிருந்து நூறு மைல். தூக்கிட்டுப் போறவங்களுக்கு அது கஷ்டம். நாம எப்பவும் காட்டுக்கு வெளியில போன ஆளுங்க இல்லை."

வழக்குரைஞர் ஹரிஹர் இடையில் எரிச்சலடைந்தார், "கார்டுமாமா நம்மோட ஊர்ல இருக்கறாரு. இப்ப இந்தச் சாவு நம்மோட ஊர்லதான் நடந்துச்சு. நாம எடுத்திட்டுப் போயி நம்மோட ஊர்லயே எரிச்சிடலாம்."

பண்ணையார் காஷீநாத் சொன்னார், "எரிக்கறதுக்கு உன்னோட சொந்த நிலத்துல இடம் இருக்குதாயா? எடுத்திட்டுப் போயிக் காட்டுல எங்கயாவது மரத்தடியில வச்சு எரிச்சிருவோம்.

---

11. கார்வார் *(Karwar)*, கர்நாடக மாநிலம், உத்தர கன்னட மாவட்டத்தில் உள்ள ஒரு நகரமாகும். உத்தர கன்னட மாவட்டத்தின் தலைமையிடமாகவும் இருக்கிறது.

ஊரு என்னய்யா ஊரு! ஏழு சாதி சனங்க பேச்சும் ஏழு விதம். ஒருத்தனோட பேச்சு இன்னொருத்தனுக்கு ஒத்துக்காது."

குஸ்டாப்பா என்றொரு முதியவர்; அவர் சொன்னார், "காட்டுல வாழ்ற நம்ம மக்களுக்கு அந்தக் காடு என்ன, இந்தக் காடு என்ன எல்லாமே ஒண்ணுதான். இப்ப கார்டுமாமா பொணத்த அவனோட கிராமத்துக்கு எடுத்திட்டுப் போன மட்டும் . . ."

விநாயகம் தரையில் குத்தவைத்து உட்கார்ந்தபடி ஒப்பாரிவைத்து அழுதுகொண்டிருந்தான். அவனின் அந்த அழுகை பாலைவனத்தில் வீசியெறியப்பட்ட நீரைப்போலக் காட்டில் கலந்து போனது. அதன் எதிரொலிகூட எழவில்லை.

மெல்லமெல்ல அவன் புரிந்துகொண்டான், அனைவரும் குழப்பத்தில் ஆழ்ந்து உட்கார்ந்து இருக்கிறார்களென்று. பிணத்தை என்ன செய்வது என்று அவர்கள் வாக்குவாதம் செய்து கொண்டிருந்தனர். விநாயகம் எழுந்து குஸ்டாப்பாவின் அருகில் சென்று சொன்னான், "எனக்கு ஊர்ல யாரும் இல்லை. அம்மா செத்த அப்பறம் அங்க வீடும் இடிஞ்சு கெடக்குது."

"மாமனாரு வீட்டில யாராவது இருக்கறாங்களா?"

"எனக்கு மாமனாரு, மாமியாரு இல்லை. அப்பறம் ரெண்டு தங்கச்சிக அவளுக்கு. ஒருத்தி கோவாவில் இருக்கறாள். அவள் முகவரிகூட எங்கிட்ட இல்லை. அப்பறம் ஒண்ணு பட்களில[12] இருக்குது. அவள் புருஷன் அங்க சுங்க இலாகவில வேலையில இருக்கறான். அவள் பேராசை புடிச்சவ."

"அப்பறம் என்னதான் செய்யலான்னு சொல்ற?"

"இப்ப எனக்குச் சுடுகாட்டுக்குப் போகணும். உங்களுக்கு என்ன தோணுதோ அது மாதிரி செய்யுங்க."

ஆனால் ஒருவருக்கொருவர் பேசிப்பேசி இறுதியில் அவர்களுக்குள்ளாக ஒருமித்த கருத்து ஏற்பட்டது. அவர்கள் முடிவு செய்தனர், பிள்ளைப்பேறு இல்லாததால் பிணத்தை வழியில் எங்கேயும் எரிக்க வேண்டாம். சாவடிக்கு எடுத்திட்டுப் போய் முதலில் வைப்போம். பின்பு அங்கிருந்து வெளியே எடுத்துச் சென்று மேலே பாதையோரம் வைத்து எரித்துவிடலாமென்று.

---

12. கர்நாடக மாநிலம், உத்தர கன்னட மாவட்டத்தில் உள்ள ஒரு நகரம் பட்கள் *(Bhatkal)*.

கோடித்துணி, தேவையான பொருட்கள் வாங்குவதற்கு இரண்டுபேரை அவர்கள் யல்லாபூர் அனுப்பினார்கள். அவன் துறையில் வேலை செய்யும் ஆட்களுக்கும் சொல்லி வரச் சொன்னார்கள். மற்றவர்கள் பிணத்தைத் தூக்கிக்கொண்டு திரும்பவும் சாவடிக்கு வந்தனர். வழியில் அனைவரிடமும் நிசப்தமான மௌனம். விநாயகம் மட்டும் மீளாத் துயரத்தைத் தாங்க முடியாது மீண்டும்மீண்டும் அழுதான். பலம் இல்லாதவன் போல நடக்க முடியாமல் பிணத்திற்குப் பின்னால் சென்றான்.

செய்தி கேள்விப்பட்டவுடன் அவனது துறையிலிருந்து ஐந்து, ஆறு ஆட்கள் சைக்கிளில் வேகமாக வந்தனர். அவர்களில் களங்கூட்காரர் என்றழைக்கப்பட்ட வனஅதிகாரி இருந்தார். அவர் நன்கு ஓடியாடி மக்களை ஒரே இடத்தில் திரட்டினார். முன்பே அடர்ந்த காடு, அதிலும் இரவு. துக்கமும் திகிலூட்டும் அச்சமும் அடர்ந்த காரிருள்போல ஆழமாகப் படர்ந்திருந்தன.

துணியில் சடலத்தைக் கட்டி எடுப்பதற்கு இரவு பதினொரு மணிவரை ஆகிவிட்டது. பதினொரு மணிக்குத் தீப்பந்தத்தைக் கொளுத்தி எடுத்துக்கொண்டு அவர்கள் சடலத்தைத் தூக்கிச் சென்று சாவடிக்குப் பக்கத்திலுள்ள பின்புற வழியில் வைத்து எரியூட்டினர்.

எரியூட்டிய பின்னர் அனைவரும் உடனே அங்கிருந்து புறப்பட்டனர். யல்லாபூரிலிருந்து சைக்கிளில் வந்திருந்தோரும் திரும்பிச் சென்றனர். புறப்படும்போது வனஅதிகாரி ஸித்தி சுடாப்பாவை வீட்டு முற்றத்தில் உறங்கச் சொன்னார்.

விநாயகம், இன்னொரு காவலாளி கோபி இரண்டுபேரும் வீட்டில் இருந்தனர். கோபியின் மனைவியும் அப்பொழுது வீட்டில் இருந்தாள். கோபி அரிக்கேன் விளக்கைப் பற்ற வைத்து முற்றத்திற்கு எடுத்துவந்து சுடாப்பாவிற்குப் பக்கத்தில் வைத்தான். கதவைச் சாத்திவிட்டுக் கோபி உள்ளே சென்றான். விநாயகம் அமைதியாகச் சுவரைப் பார்த்தவாறு அமர்ந்திருந் தான். முன்னால் கதவைச் சாத்திய உணர்வுகூட அவனுக்கு இல்லை. இடையே அடைத்திருந்த கதவருகே வந்த கோபி அனுசரணையாகச் சொன்னான், "விநாயகம் நீ தூங்கு, அமைதியாத் தூங்கு." பின்பு அவன் சிறிதுநேரம் இறப்பின் தத்துவத்தைக் கூறிக்கொண்டிருந்தான், "போறவங்க போறாங்க. சொர்க்கத்திற்கோ இல்லையின்னா நரகத்திற்கோ. இந்தப் பிறவி முடிஞ்சிருச்சு. முன்னாலிருந்த வாழ்க்கைங்கறது பயம் நிறைஞ் சது. அவளோட வாழ்க்கை முடிஞ்சு போச்சு."

ஆனால் விநாயகம் சுவரைப் பார்த்தவாறு உட்கார்ந்திருந்த இடத்திலிருந்து அசையவே இல்லை. ஏதுமற்ற அநாதையாகி விட்டதைப்போல அவனுக்கு அழுகை வந்தது. ஆனால் கண்ணீர் வரவில்லை. மனதில், இதயத்தில் எல்லையற்று நிரம்பியிருந்த துக்கத்தால் தவித்தான். இந்தத் துக்கத்தைப் பரிமாறிக்கொள்வதற்கு இப்பொழுது யாரும் இருக்கவில்லை.

வெளியேயும் உள்ளேயும் எங்கும் நிசப்தமாய் இருந்தது. இப்பொழுதுதான் இங்கே மரணத்தின் ஒரு பேரிடர் நடந்து முடிந்தது என்ற உண்மையைக் காண முடியவில்லை. கொளுந்து விட்டு எரியும் தணலில் நீரை ஊற்றி அணைத்துவிட்டதைப்போல எங்கும் அரவமின்றி இருந்தது. உமாவும் சிதையில் எரிக்கப் பட்டுச் சாம்பலாகியிருப்பாள். அவள் உறக்கம் கொண்டு அமைதி யடைந்திருப்பாள்.

தன்னை யாரோ சிதையில் தள்ளிவிட்டதைப் போலச் சுற்றிலும் சூட்டின் நெடி வீசுகிறது என அந்நேரத்தில் அவனுக்குத் தோன்றியது.

திரும்பவும் ஒரு முறை இரத்தத் துளிகள் 'டப், டப்' என விழுந்து அவன் முன்னால் வழியத் தொடங்கின. சுற்றிலும் இரத்த வெள்ளம் உருவாகியிருந்தது. இரத்தப்பெருக்கு உண்டாகிச் சுற்றுப்புறமெங்கும் 'டப், டப்' என வழிந்தது. அவனது வாழ்க்கையைப் பறித்துச்சென்ற உதிரத் துளிகள் அவனின் மனப்பரப்பில் படிந்திருந்தன. படிந்த அவை துளித்துளியாக விழுந்துகொண்டிருந்தன. இரத்தத்துளிகள் ஒரு சங்கிலி போல மாறி அவன் கழுத்தைச் சுற்றி அவை மெல்லமெல்ல அவனை நெரிக்க ஆரம்பித்தது. அந்த உதிரம் அவனை நனைத்திருந்தது. அது வழிந்து நின்றுவிட்டதைப் போல அவன் அமைதியாக இருந்தான்.

அவன் நினைத்தான், இரத்தம் சிறிதுசிறிதாக வெளியேறி இறந்த உயிர்களைத் தான் மட்டும் பார்த்திருப்பதாக. முதலில் அம்மாவினுடையதும் மாமாவினுடையதும். இப்பொழுது உமாவினுடையது...

ஆம், அம்மாவும் இப்படித்தான் துளித்துளியாக வெளியேறி மரித்துப் போனாள். அவள் எப்போதும் சொல்வாள், 'இந்தத் துர்தேவதையோட தொல்லையினால என்னோட ரத்தம் வத்திப் போகும்.' உண்மையிலேயே இரத்தம் வற்றிப்போய்ச் சாம்பலாகிப் போனாள் அவள். இறுதிவரை வெறுப்பு நிறைந்த வாழ்க்கை மட்டுமே அவளுக்கு வாய்த்திருந்தது. அவள் இருந்தது எனக்காக

மட்டுமே. என்னைத் தடவிக் கொடுத்தபடி சொல்வாள், 'இந்த என்னோட காத்தாடி எப்படிப் பறக்கப் போகுதோ?' என்று

அப்பா சாராயம் குடித்துவிட்டு அதிகம் தொந்தரவு செய்து கொண்டிருந்தார். அவரிடத்தில் பேய் குடியிருந்தது. கோப்பை நிரம்பக் குடித்துவிட்டு வழியில் தள்ளாடிக்கொண்டு வருவார். உளறியவாறு பற்களை நறநறவெனக் கடித்தபடி ஆட்களைத் தாக்குவார். ஊர்க்காரர்களைத் தகாத வார்த்தைகளால் திட்டுவார். அதன் பின்பு அவர்கள் அவரை அடிக்கத் தொடங்கிவிடுவார்கள்.

நான் ஐந்தாம் வகுப்புப் படித்தபோது ஒருமுறை பள்ளியின் வாசற் கதவருகே வந்து ஆசிரியரைத் தகாத வார்த்தைகளால் திட்டத் தொடங்கிவிட்டார், 'வாத்தியார் தாயோழிக, பசங்களுக்கு எப்படி ஏமாத்தறதுன்னு கத்துத் தர்றீங்களா? காட்டுக்குப் போனாவாவது புல்பூண்டுகள அறுத்திட்டு வருவானுக.'

ஆசிரியர் கையில் தடியை எடுத்துக்கொண்டு நாயை விரட்டுவதுபோல அவரை வெளியே விரட்டினார். ஆனால் அவர் கேட்கவில்லை. ஆசிரியரைத் தகாத வார்த்தைகளால் திட்டினார். அங்கிருந்து நாட்டாமைக்காரர் ராமசந்தர வந்து அப்பாவைப் பள்ளியின் வாயிற் கதவின் முன்னாலிருந்து இழுத்துவந்து இரண்டு அறைவிட்டார். இருந்தும் அப்பா தகாத வார்த்தைகள் பேசுவதை நிறுத்தவில்லை. கொச்சையான வார்த்தைகளைப் பேசியபடி எங்கேயோ போய்விட்டார். அவரின் அந்தக் கூப்பாடு தொலைவிலிருந்தும் எனக்குத் தெளிவாகக் கேட்டது. அறைந்த சத்தமும் காதில் ஒலித்துக்கொண்டிருந்தது.

அந்த நாட்களில் பள்ளி மாணவர்கள் என்னைக் குடிகாரன் மகன் என்று ஏளனம் செய்தனர். நான் பள்ளியில் எதுவும் பேசாது அமைதியாக உட்கார்ந்திருப்பேன். எனக்குப் பள்ளி செல்லும் நினைப்பே இல்லை. ஆனால் அம்மா பள்ளிக்குச் செல்கிற நேரமானவுடன் அந்தக் கிழிந்த மங்கிப் போன சட்டையையும் தையல்போன சின்ன அரைக்கால் டவுசரையும் மாட்டிவிட்டுப் பள்ளிக்கு அனுப்பிவிட்டாள்.

என்றோ ஒருநாள் அப்பா ஊர் முழுவதும் சத்தம் போட்டு விட்டு எங்கேயோ தள்ளாடி விழுந்து கிடந்தார். யாரோ வந்து சொன்னார்கள். இரவான பின்னர் அம்மா கையில் அரிக்கேன் விளக்கை எடுத்துக்கொண்டு தேடப் போனாள். விளக்கு இடையில் அணைந்துவிட்டதால் பாதையில் வந்த யாரிடமோ 'அய்யா, தீப்பெட்டி இருக்குதா?' என்று கேட்டு வாங்கி மீண்டும் பற்றவைத்துவிட்டு வந்தாள். நான் அம்மாவைப் பிடித்தவாறே

பேசாமல் வந்துகொண்டிருந்தேன். அம்மாவிடம் சொன்னேன், 'வா, நாம வீட்டுக்குத் திரும்பிப் போகலாம்!'

ஆனால் அம்மா அப்பா விழுந்துகிடந்த அந்த இடத்திற்குச் சென்று அரிக்கேன் விளக்கை வைத்துவிட்டு உட்கார்ந்து கொண்டாள். அம்மாவைப் பார்த்தபடியே நான். அப்பொழுதும் அம்மா சொன்னாள், 'கண்ணு, நாம வீட்டுக்குத் தூக்கிட்டுப் போயிரலாமா?'

எனக்கு வெறுப்பாக இருந்தது அவரைப் பார்ப்பதற்கு. நான் அவரைத் தொடவில்லை. அம்மா அவரைச் சத்தம்போட்டு எழுப்பினாள். மெல்ல நினைவு வந்தவுடன் அவர் அம்மாவைத் தகாத வார்த்தைகள் சொல்லித் திட்டத் தொடங்கிவிட்டார். என்னென்னவோ அசிங்கஅசிங்கமாக அம்மாவை, அம்மாவுடைய அம்மா – அப்பாவையெல்லாம் திட்டினார். அம்மா ஊமை போல மௌனமாக இருந்தாள்.

என்னுடைய மாமாவையும் அவர் தகாத வார்த்தைகளால் திட்டினார். மாமாவைத் திட்டியதும் அம்மாவுக்குக் கோபம் வந்துவிட்டது. தன்னுடைய தம்பியைத் திட்டக்கூடாது என்று அம்மா அவரிடம் சண்டையிட்டாள். ஒரு முறை அவர் மாமாவைக் திட்டியபோது கையிலிருந்த காலிப் பாத்திரத்தால் அவருடைய தலையில் அடித்துவிட்டு அம்மா சென்று விறகுக் கட்டைகள் வைத்திருந்த பரண் மேல் ஒளிந்துகொண்டாள்.

அடுத்த நாள் காலை அப்பா மெதுவாக என்னை விசாரித்தார், 'கண்ணு, அம்மாவைப் பாத்தயாப்பா?'

அம்மா பரண் மேலிருந்து மெல்லக் கீழே இறங்கிச் சமையலறைக்குள் சென்று வேலை செய்யத் தொடங்கினாள். அப்பா பார்த்தார். ஆனால் அவர் எதுவும் பேசவில்லை. எப்பொழுதாவது குடிக்கவில்லையென்றால் நன்றாக நடந்து கொள்வார். சட்டைப்பையில் பட்டாணிக் கடலையைப் போட்டுக் கொண்டு எடுத்துத் தருவார். ஒருமுறை என்னைத் தோளில் உட்காரவைத்து எங்களுடைய பாண்டித் திருவிழாவிற்குக் கூட்டிப் போனார். சாராயம் குடித்தால் மட்டும் சீற்றக் குணம். அவர் கண்கள் இரத்தமாய் சிவந்துவிடும்.

என்னுடைய மாமா பாகல்கோட்[13] நகரத்திலுள்ள சிமெண்ட் தொழிற்சாலையில் வேலை செய்துகொண்டிருந்தார். மாமா

---

13. பாகல்கோட் *(Bagalkot)*, கர்நாடக மாநில வடக்குப் பகுதியில் அமைந்துள்ள மாவட்டம்.

அம்மாவுக்குத் தவறாமல் வருடத்திற்கு ஒரு சேலை எடுத்து வருவார். வரும்பொழுது எனக்கும் சட்டை, அரைக்கால் டவுசர் துணி எடுத்து வருவார். அவற்றை உடுத்தி நாங்கள் வருடத்தைக் கடத்துவோம். இதையும் அப்பாவால் பொறுத்துக்கொள்ள முடியவில்லை.

மாமா, அம்மாவை விடப் பத்து வயதிற்கு இளையவர். தம்பிமீது அதிக அன்பு வைத்திருந்தாள் அம்மா. எப்பொழுதாவது கொஞ்ச நாட்கள் தம்பியைப்பற்றித் தகவல் தெரியவில்லையென்றால் புலம்ப ஆரம்பித்துவிடுவாள். அம்மாவைத் தூணில் தள்ளிவிட்டு அப்பா தடியால் அடித்தபோது மாமா அப்படியொரு கோபப் பட்டார்..!

அம்மா எப்போதும்போல எச்சரிக்கையாகவே இருந்தாள். அப்பா அடிப்பதற்கு வந்தால் அவரின் பிடியிலிருந்து எப்படித் தப்பித்து ஓடி மறைவது என்பதை அம்மா நன்றாகக் கற்றிருந்தாள். ஆனால் என்றாவது அவர் கையில் மாட்டிக்கொள்வாள். கையில் கிடைத்துவிட்டால் மட்டும் பாதுகாப்பு இல்லை. அடிக்கும்போது அவரிடம் ஒரு பாணி இருந்தது. முதலில் அவர் அம்மாவின் முடியைப் பிடித்துத் தரையில் தள்ளிவிடுவார். பிறகு முதுகில் இரண்டு அடி அடிப்பார். அதன்பின் ஒரு உதை. முதன்முதலாக அம்மா கீழே விழுந்ததைப் பார்த்தபோது நான் அலறி மயங்கிவிட்டேன். அதன் பின்பு மிரண்டவாறு அமைதியாக மட்டும் நின்றுகொண்டிருப்பேன்.

அடித்து வெளியில் இழுத்துப் போட்டுவிடுவார். அம்மா அமைதியாக நாள் முழுவதும் படுத்துக் கிடப்பாள். நான் மட்டும் அணத்திக்கொண்டே அம்மாவின் தலையணைக்கு அருகிலோ இல்லையென்றால் கதவு நிலைமாட்டிலோ சத்தமில்லாமல் உட்கார்ந்திருப்பேன்.

தாமதமான இரவில் அப்பா கூச்சல் போட்டவாறு வருவார். ஆனால் அவர் அப்பொழுதெல்லாம் அம்மாவைத் தகாத வார்த்தைகளால் திட்டமாட்டார். காரணமேயில்லாமல் ஊர்க்காரர்களைப்பற்றிப் பேசிக் கொண்டிருப்பார். கழுத்தை நெரித்துவிட்டதைப்போல யாரையோ வசைபாடியபடி உளறிக்கொண்டேயிருப்பார். சிறிது நேரத்தில் அவரின் சத்தம் குறைந்துபோய் மழலைப்பேச்சுப்போல ஆகிவிடும். பின்னர் அவர் உட்கார்ந்தவாறே தூங்கிப் போய்விடுவார்.

இப்படித்தான் ஒரு நாள் அவரின் அடிக்கு அம்மா வசமாகக் கிடைத்துவிட்டாள். முடியைப் பிடித்துக் கீழே தள்ளிவிட்ட

பொழுது அம்மாவின் தலை சுவரின் செங்கல் தூணில்பட்டு மண்டை உடைந்து இரத்தம் வந்துகொண்டிருந்தது. இருந்தும் அவர் அம்மாவை அடிப்பதை நிறுத்தவில்லை. அடித்து உதைத்த பிறகு அம்மாவை அப்படியே விட்டுவிட்டுத் திட்டியவாறே வெளியே சென்றுவிட்டார்.

பார்த்தால் அம்மாவின் தலையிலிருந்து இரத்தம் வழிந்தது. அம்மா இரத்தச் சகதியில் கிடந்தாள். எனக்கு பத்துப் பன்னிரண்டு வயதிருக்கும். அதனைப் பார்த்து 'ஓ' எனக் கதறினேன். பக்கத்து வீட்டுப் பெண் ஓடி வந்தாள். அவள் கணவரும் வந்து வாசலில் நின்றிருந்தார். அப்பாவால் எங்கள் வீட்டிற்கு எவரும் அடிக்கடி வருவதில்லை. ஆனால் அந்த நாளில் மக்கள் வாசலில் நிறைந்திருந்தனர்.

நான் தொடர்ந்து அழுதுகொண்டிருந்தேன். ஆனால் அந்த இரத்தச் சகதியைக் கண்டவுடன் எனக்குத் தலை சுற்றியது. சிறிது நேரம் தடுமாறிய நான் கீழே விழுந்தேன். அங்கிருந்த ஆட்கள் என்னை ஒருபுறம் தெளியவைத்துக் கொண்டிருந்தார்கள். மறுபுறம் அம்மாவுக்கு. அம்மா அழுதுகொண்டே புலம்பினாள் 'அவனை முதல்ல பாருங்க' என்று ஆட்களுக்குச் சொன்னாள்.

மாலையில் அம்மாவின் முகம் வீங்கி மிகவும் பெரிதாகியிருந்தது. அவள் அமைதியாகப் படுக்கையில் படுத்திருந்தாள்.

அந்தி சாய்ந்தபின் அப்பா வந்து ஓர் ஓரமாக ஜமுக்காளத்தில் குத்தவைத்து உட்கார்ந்துகொண்டார். அம்பிப் பாட்டி தகாத வார்த்தைகளால் கொச்சையாகத் திட்டினாள். ஆனால் அவர் ஒரு வார்த்தைகூடப் பேசவில்லை.

மூன்றாவது நாள் காலையில் திடீரென மாமா வந்தார். பக்கத்திலிருப்பவர்கள் யாரோ அவருக்குச் சொல்லியிருந்தனர். வழியில் வரும்போதே அவர் அப்பாவைத் தகாத வார்த்தைகளால் திட்டியவாறே வந்தார். அவர் வரும் வழியில் வேலியிலிருந்து ஒரு கட்டையை ஒடித்துக் கையில் எடுத்துவந்தார். மாமா கோபத்தில் தன்னையே மறந்திருந்தார். அப்பாவை நோக்கி ஓடி வந்தார். பார்த்தால், அப்பொழுது இருவரும் சண்டையிட்டுக் கொண்டிருந்தனர்.

அம்மா வேகவேகமாக வெளியே வந்து மாமாவைத் தடுத்தாள். அப்பா பேசாமல் எழுந்து வீட்டின் பின்பக்க வழியில் எங்கேயோ செல்வதற்காகப் போனார்.

மாமாவின் இப்படிப்பட்ட அவதாரத்தை நான் எப்போதும் கண்டதில்லை. சாந்தமான, மென்மையான குணத்தை உடையவர் மாமா. பின்னர் மாமா அம்மாவை மருத்துவரிடம் அழைத்துப் போனார். ஊசி, மாத்திரைகள் கொடுத்து அழைத்து வந்தார். அவர் மாலையில் திரும்பிச் சென்றார்.

அந்த நாள் இரவு அப்பா வீட்டுக்கு வரவில்லை. அம்மா மிகவும் கவலையுடன் காணப்பட்டாள். 'யாராவது போயிப் பாருங்கய்யா. அவரு எங்க போயிட்டாருன்னு' என்று இடையில் புலம்பினாள்.

ஆனால் யாரும் எழுந்திருக்கவில்லை. அடுத்த நாள் காலை அம்மா என்னை அருகில் அழைத்துச் சொன்னாள், 'வர்மாவோட முந்திரித் தோப்புல போயிப் பாரு, எங்காவது தூங்கிட்டு இருக்கறாரான்னு.'

நான் சென்று முந்திரித் தோப்பில் பார்த்தால் அப்பா நிஜமாகவே ஒரு பெரிய முந்திரி மரத்தடியில் கம்பளியைப் போர்த்திக்கொண்டு படுத்திருந்தார். எனக்கு அருகில் செல்வதற்குத் தைரியம் வரவில்லை. அப்படியே ஓடி வந்துவிட்டேன். பின்னர் அம்மா ஷிவராம் தாத்தாவை அழைத்து அவரை வீட்டிற்குக் கூட்டிவருமாறு கேட்டுக்கொண்டாள்.

அப்பா வந்து படியில் உட்கார்ந்துகொண்டு இப்படித்தான் சொன்னார், 'அவ்வளவு துணிச்சலாப் பேசினான், அக்காவப் போகும்போது ஏன் கூட்டிட்டுப் போகலை? என்னையக் கொன்னுட்டு அக்காவ முண்டச்சி ஆக்கிட்டுப் போகப் போறானா. நடக்கும், நடக்கும் அவ முண்டச்சியாகறது.'

மெல்லமெல்ல வீட்டில் மரணம் சுற்றிக் கொண்டிருப்பது போல ஆனது. அப்பா சாராயம் குடித்துவிட்டுப் பல நாட்கள் சாப்பிடாமல் அமைதியாக இருந்தார். இப்பொழுது யாரையும் அசிங்கமாகத் திட்டுவதில்லை. அர்த்தமின்றி எதையோ பிதற்றிக் கொண்டு மட்டும் இருந்தார். ஆண்டிற்குள் அவர் படுக்கையில் வீழ்ந்தார். ஆறுமாதம் படுக்கையில் இருந்தார். ஒரு நாள் இறந்து போனார். தொடர்ந்து இரண்டு ஆண்டிற்குள் அம்மாவும் காலமானாள். அம்மா இறந்தபோது எனக்குப் பதினைந்து, பதினாறு வயதிருக்கும்.

அம்மா இறந்தபோது மாமா பதினைந்து நாட்கள் இருந்தார். ஆனால் அவரின் அவஸ்தைகளைப் பார்க்க முடியாது. கண்கள்

உள்ளே போயிருந்தன. மார்பு எலும்புகள் வெளியே தெரிந்தன. அவர் தொடர்ந்து இருமிக் கொண்டிருந்தார். தலையணைக்குப் பக்கத்தில் தேங்காய்ச் சிரட்டையை வைத்துக்கொண்டு எச்சில் துப்பியபடியே இருந்தார். ஒருநாள் சிரட்டையை நான் பார்த்தேன், சிரட்டை முழுவதும் இரத்தம்; பயந்து போனேன். மாமா காசநோயால் பாதிக்கப்பட்டிருந்தார். மாமா போகும் போது நான் கேட்டேன், 'மாமா, நானும் உங்களோட வரட்டுமா?'

'இப்ப வேண்டாம், இன்னொரு முறை. இங்கயே சுத்திக்கிட்டு எதையாவது சாப்பிட்டிட்டு இரு.'

ஊரைச் சுற்றிக்கொண்டு சாப்பிடுவதற்கு என்ன இருக்கிறது? பத்துப்படி நிலம். முன்பு அப்பா நன்றாகக் கால்நடைகளைப் பராமரித்து வந்தார். ஈனக்கூடிய நிலையில் சினையாக இருந்த மாடு கொஞ்சம் அட்டகாசம் செய்ய ஒரு கயிற்றால் அவர் அடித்துவிடவே கன்று வயிற்றுக்குள் இறந்துவிட்டது. பின்னர் ஒருபடி அரிசி, ஒரு தேங்காய், ஐந்தே கால் ரூபாய் பணம் கிடைத்தது. சிறிது சிறிதாக அதைச் சாராயத்திற்கே செலவழித்தார்.

அம்மா காலமான பின்பு ஆண்டு முழுவதும் வீட்டிலேயே இருந்தேன். மாமா ஒருமுறை ஐம்பது ரூபாய் மணியார்டர் அனுப்பியிருந்தார். முகுந்தன் தாத்தாவிடம் மழைக்காலம் முழுவதும் கால்நடைகள் மேய்த்தேன். முகுந்தன் தாத்தாவின் மனைவி மதியம் நல்ல மாவு உருண்டைகள் செய்து கொடுப்பார். அவற்றை மதியம் சாப்பிட்டுக்கொள்வேன். இரவில் வீட்டிற்கு வரும் சில நேரங்களில் வெறும் வயிறுதான். சுற்றிலும் இவ்வளவு ஆட்கள் இருக்கிறார்கள்; ஆனால் எவரும் சாப்பிட்டாயா, அல்லது வெறும் வயிற்றோடு இருக்கிறாயா என்று விசாரித்தது இல்லை. நான் வீட்டில் இருந்த சமயத்தில் தீபாவளி வந்தது. வீட்டில் ஒன்றும் இல்லை. நான் வீட்டிலிருந்த ஒருபடி நெல்லை எடுத்துப் போய்க் கடைக்காரனிடம் கொடுத்துக் கால்படி அவல் வாங்கி வந்தேன். அதைத் தண்ணீரில் நனைத்துச் சாப்பிட்டேன். அம்மா செய்து தந்த அவல் நினைவுக்கு வந்தது. நாள் முழுவதும் கதவை அடைத்துக்கொண்டு அமைதியாகப் படுத்திருந்தேன். ஆனால் யாரும் எதுவும் கேட்கவில்லை.

ஒரு நாள் விட்டல் ராமநாத் என்னை அப்படி அடித்தார்... எங்கள் வீட்டிற்கு அருகில் ராமநாத்தின் பெரிய தென்னந்தோப்பு இருந்தது. அங்கு சில சமயங்களில் வறண்ட தேங்காய் கீழே விழுந்து கிடக்கும். முன்பு அப்பா என்னை மெல்ல அருகில் அழைப்பார். தேங்காயைக் காட்டி அதை எடுத்து வா என்று சொல்லுவார். நான் ஓடிச்சென்று தேங்காயை

வயிற்றுக்குப் பக்கத்தில் மறைத்து எடுத்து வருவேன். பின்னர் அப்பா அதை எடுத்துக்கொண்டு கடைக்குச் செல்வார்.

ஒரு நாள் இப்படித்தான் வறண்ட தேங்காய் விழுந்து கிடந்ததைப் பார்த்தேன். மெதுவாகச் சென்று தேங்காயைத் தூக்கிக்கொண்டேன். ராமநாத் எங்கிருந்து பார்த்துக்கொண் டிருந்தார் என்பது கடவுளுக்குத்தான் தெரியும். நான் தேங்காயை எடுத்துவந்து வீட்டில் வைக்கிற நேரத்தில் அங்கிருந்து அவர் தகாத வார்த்தைகளால் திட்டிவாறே வந்தார். என்னை வீட்டிலிருந்து வெளியே இழுத்துவந்து முதுகில், கன்னத்தில் ஐந்து, ஆறு அறை கொடுத்தார். நான் அழுதுகொண்டே அமைதியாக உள்ளே சென்றுவிட்டேன்.

எனக்கு ராமநாத்தின் மீது கோபம் வந்தது. அவரின் அந்தத் தோப்பில் தென்னையால் வேயப்பட்ட பெரிய குடில் இருந்தது. அதற்குத் தீ வைத்துவிடலாமென எத்தனையோ நாட்கள் நினைத்திருக்கிறேன். ஒருமுறை தீப்பெட்டி எடுத்துக்கொண்டு குடிலுக்கு அருகில்கூடச் சென்றுவிட்டேன். ஆனால் தைரியம் வரவில்லை. தீப்பெட்டியிலிருந்து தீக்குச்சியை எடுத்து நெருப்புப் பற்றவைக்கும் போது கைபட்டுக் கீழே விழுந்துவிட்டது. சாராயம் குடித்துவிட்டு ஆழ்ந்து தூங்கும் சமயத்தில் அப்பாவைத் தடியால் அடித்துவிட்டு ஓடிப் போய்விட வேண்டுமென்று அப்பா அம்மாவை அடிக்கிற நேரங்களில் நினைப்பேன். ஆனால் எனக்குத் தைரியம் வரவே இல்லை.

ஒருநாள் கிராமத்திற்கு ரேஞ்சர் விஷ்வநாத் வந்திருந்தார். ஒருமுறை என்னைச் சுற்றுப்புறப் பகுதியில் பார்த்தார். 'உன்னோட அம்மா செத்துப் போயிட்டாங்கள்ல?' என்று விசாரிக்க ஆரம்பித்தார். நான் 'ஆம்' என்று சொல்லிவிட்டு எதுவும் பேசாமல் நின்றிருந்தேன். அவர் செல்லும்போது நான் சட்டென்று கேட்டேன், 'மாமா, உங்ககூட யல்லாபூர் வந்தா எனக்கு எதாவது வேலை கிடைக்குமா?'

அவர் 'நல்லா' என்று சொல்லி என்னைக் கூட்டிக்கொண்டு போனார். சென்ற நாளன்று அவரின் அரிசி, தேங்காய் என்றிருந்த அவ்வளவு பெரிய மூட்டையை பேருந்துநிறுத்தம் வரை தலையில் சுமந்து எடுத்து வந்தேன். என் கழுத்துக் கூனிப் போய்விட்டது.

அவர் யல்லாபூர் கூட்டிச்சென்று புதிதாக வேலையில் சேர்ந்திருந்த கல்யாணமாகாத ரேஞ்சர் ஒருவரிடம் சமையல் வேலைக்காக என்னைச் சேர்த்துவிட்டார். அவர் மிகவும் கண்டிப்பான மனிதர். நான் என்ன செய்தாலும் அவருக்குப்

பிடிக்கவில்லை. எட்டே நாளில் அவர் என்னை விரட்டிவிட்டார், 'நீ ஊத்தை, முட்டாள். உனக்கு அது புரியவில்லை' என்று சொன்னார்.

நான் மீண்டும் விஷ்வநாத் ரேஞ்சரிடம் வந்தபோது அவர் ஐந்து ரூபாய் கொடுத்து என்னைத் திரும்பவும் வீட்டுக்குப் போகச் சொன்னார். மனைவியை அழைத்து, 'இவனுக்கு ஏதாச்சும் இருந்தாக் கொடு.' என்று சொன்னார். ஆனால் மனைவி சொன்னாள், 'இப்போ ரெண்டுங் கெட்டான் நேரத்துல என்ன இருக்குது கொடுக்கறதுக்கு?'

அங்கிருந்து நான் வெளியேறியபோது எனக்குத் தாங்க முடியாமல் அழுகை வந்தது. பேருந்து நிலையத்திற்கு வரும் வழியில் திடீரென விஷ்ணுவைச் சந்தித்தேன். விஷ்ணுவின் அப்பா முதலில் எங்களுக்கு அவரின் பத்துப்படி நிலத்தை விவசாயம் செய்யக் குத்தகைக்குக் கொடுத்திருந்தார். அப்போது விஷ்ணு சில நேரங்களில் கலப்பை எடுத்து வருவான். அவன் வீடு அருகில் இருந்தது. குழந்தைப் பருவத்திலிருந்து அறிமுகம். விஷ்ணுவைப் பார்த்ததும் எனக்கு நின்றுபோன அழுகை வந்தது. அவனிடம் அழுகைக்கான காரணம் அனைத்தையும் சொல்லிவிட்டுக் கேட்டேன், எனக்கு ஏதாவது வேலை பார்த்துக் கொடு. நான் திரும்பவும் ஊருக்குச் செல்ல மாட்டேனென்று. தான் தங்கியிருந்த இடத்திற்கு அழைத்துச் சென்றான். அங்கு வரிசையாயிருந்த காகிதத் தொழிற்சாலையின் மூங்கில் கிடங்கில் அவன் வேலை செய்துகொண்டிருந்தான். விஷ்ணு நான்கு நாட்கள் தன்னுடன் தங்கவைத்தான். அவன் மனைவி என்னை நன்றாகக் கவனித்துக்கொண்டாள். பின்னர் வனஅதிகாரி ஒருவரிடம் சொல்லித் தோப்பில் வேலையாளாகச் சேர்த்துவிட அவன் என்னைக் கூட்டிப் போனான். அங்கே தான் பாந்தி ரேஞ்சரைச் சந்தித்து அடைக்கலமானேன்.

தோப்பில் குழி வெட்டுகிற வேலைக்குச் சென்றுகொண் டிருந்தபோது ஒருநாள் மாமா இறந்துவிட்டார் என்ற செய்தி வந்தது. மரத்தடியில் உட்கார்ந்து தேம்பித் தேம்பி அழுதேன். ஒவ்வொரு வேலையாட்களும் என்னைக் குழந்தையைப்போலத் தோளில் சாய்த்துக்கொண்டு ஆறுதல் சொன்னார்கள்.

எனக்கு மாமாவின் நினைவு அதிகம் வந்தது. அத்தை மிகவும் நல்லவர். மாமா பாகல்கோட் நகரில் இருந்தார். ஆனால் அத்தை வீட்டிலேயே இருந்தார். நான் போனால் என்னை நன்றாகக் கவனித்துக்கொள்வார். அத்தையிடம் ஒரு நல்ல குணம் இருந்தது. என்ன தந்தாலும் வெறும் கையால் தரமாட்டார்கள்.

வேகவேகமாகக் கொல்லைப்புறம் சென்று வாழை மரத்திலிருந்து ஓர் இலையைக் கிழித்து எடுத்துவந்து அதில் வைத்துத் தருவார். என்னவாயிருந்தாலும் ரொட்டி, நெய் அப்பம், வெல்லம், அவல். அத்தை என்னிடம் ஒருமுறை சொன்னார், கல்யாணம் ஆனவுடன் ஒரு வாழைக்கன்றை என் வீட்டிலிருந்து எடுத்து வந்து இங்கே கொல்லைப்புறம் வைத்தேன். அது இப்போது இப்படிப் பெரிய வாழை மரமாகிவிட்டதென்று. அத்தை என்னை எத்தனையோ நாட்கள் கனிவாகக் கவனித்திருக்கிறார்கள்.

மாமாவுக்கு இரண்டு பிள்ளைகள். ஒரு பையன், ஒரு பெண். சமீபத்தில்தான் பையன் இங்கே கோவாவில் எங்கேயோ வேலையில் சேர்ந்தான். பெண்ணுக்குக் கடந்த ஆண்டு திருமணம் நடந்தது. பெண்ணை எனக்குக் கல்யாணம் செய்து கொடுக்கும் எண்ணமே அத்தையின் மனதில் இருந்தது. ஆனால் அவளுடைய அண்ணன் அதற்குத் தயாராக இல்லை.

உமாவுடனான அந்தச் சம்பந்தம் அத்தை தான் செய்து வைத்தார். அம்மா, அப்பா இல்லாத பெண். தந்தை வழிவந்த மாமா அரவணைப்பில் இருந்தாள். பதினெட்டு வருடம்வரை அவர்கள் வேலைக்காரியைப்போலப் பயன்படுத்திக் கொண்டனர். ஆனால் அவர்கள் நகைபோட்டு நல்லவிதமாகக்கூட அவளுக்குத் திருமணம் செய்துவைக்கவில்லை. இடையில் அவளின் பங்காக இருந்த வீடு, துண்டு நிலத்தையும் பறித்துக்கொண்டனர்.

அனைத்தும் நினைவுக்கு வந்தன, உடைந்துபோன கண்ணாடித் துண்டுகளைப்போல! எப்பொழுதும் சுவைமிக்க தானியங்கள்! அம்மாவின் நிறைவான அன்பு, அப்பாவின் கொண்டாட்டம், மாமாவின் அரவணைப்பு, சிரட்டை முழுவதுமான உதிரம்! வீட்டிலிருந்த துளசிச்செடி போன்ற உமா! எனக்குச் சாவு எப்படி வரும், நொடிநொடியாய், துளித்துளியாய்! இறுதியில் மரணம் இரத்தத்தின் மூலமாக வருமோ என்னமோ!

இப்போது இந்தப் பைத்தியத்தை யார் இங்கே கொண்டுவந்து விட்டுவிட்டுப் போனார்கள்! இவளும் இரத்தத்தின் பயங்கரக் காட்சியை ஏந்திக்கொண்டு முன்னால் படுத்திருக்கிறாள்.

இது போல அதிகம் நடந்துள்ளது. மாதமாதம் மாதவிடாய் வந்தாலும் இந்தளவிற்கு உதிரப்போக்கு இருக்குமா? என்று விநாயகம் எண்ணிப் பார்த்தான். ஆனால் அவனுக்கு ஞாபகம் வந்தது. உமாவும் சில வேளைகளில் சொல்வாள், 'இந்த முறை உடம்பிலிருந்து அதிகமா வெளியேறுச்சு' என்று. ஆனால் உமா அவ்வளவு கெட்டிக்காரி, கூர்மை. இவளும் ஒரு திருமணமான

பெண்ணாக இருந்தால்! இறைவா, மனிதர்களுக்கு என்ன கஷ்டங்களைச் செய்கிறாய் நீ! உடல் உபாதைகளைப்பற்றி விழிப்புணர்வின்றி இருக்கிறாள். என்ன பைத்தியம் இது! விநாயகத்திற்கு ஒன்றுமே புரியவில்லை.

விநாயகம் உள்ளே சென்று எங்கேயோ திணித்து வைத்திருந்த பழைய துணியை எடுத்துவந்தான். சத்தமாகத் திட்டியபடி அதை அவள்மேல் வீசி எறிந்தான், "எந்திரி, எந்திரி இங்கிருந்து போ சீக்கிரமா."

அவள் தூக்கத்திலிருந்து எழுந்திருப்பதுபோல எழுந்தாள். மெல்லமெல்ல நடந்து முன்னால் இருந்த புதர்ச்செடிகளுக்குள் போனாள்.

ஆம், ஓரிரு நாட்களுக்கு ஒருமுறை எப்போதாவது அவள் இதுபோலப் புதர்ச்செடிகளுக்குள் போய்விடுவாள். அது போலவே அவள் சென்றபின் விநாயகம் மீண்டும் திரும்பி உள்ளே வந்தான்.

அவள் புதருக்குள் சென்ற சில மணி நேரங்களில் வெளியே வந்தாள். பார்த்தால் அந்தப் பழைய துணியை நாப்கின் போல இடுப்பைச் சுற்றிக் கெட்டியாகக் கட்டிக்கொண்டு வெளியே வந்தாள். விநாயகத்திற்கு நன்றாகப்பட்டது. விழாமல் இருந்தால் சிறிது திருப்தி என்று அவன் மனதிற்குள் சொல்லிக்கொண்டான்.

முற்றத்தில் வந்தமர்ந்த அவள் பேரழிவைக் கடந்து விட்ட ஒருவிதப் பார்வையுடன் விநாயகத்தைப் பார்த்துக் கொண்டிருந்தாள், உள்ளே ஓரத்தில் ஓர் அங்கீகாரத்தைத் தேடிக்கொண்டிருப்பவள்போல.

விநாயகம் பார்ப்பதைத் தவிர்த்தான். கணநேரத்தில் அவளின் அந்தச் சிரிப்பதும் அழுவதுமான விளையாட்டு ஆரம்பமானது. இப்போது அவள் அழவில்லை. சிரித்துக் கொண்டிருந்தாள். உள்ளூர 'கூ, கூ' என்ற சத்தத்துடன் முத்துகள் சிதறுவதுபோல நகைத்தாள். விநாயகம் அவளை உற்றுநோக்கினான். உண்மையாகவே அவளின் அசுத்தங்கள் அனைத்தும் அந்தப் புன்னகைக்கு எதிரே மறைந்து போயிருந்தன. தெளிவில்லாது அரைகுறையாக அவள் சிரித்தாள். அந்தச் சிரிப்பைக் கண்ட விநாயகத்தின் இதயம் சூடேறியதைப் போல் ஆனது.

யார் இவள்! எங்கிருந்து வந்தாள், என்ன மாதிரியான பைத்தியம்! அழுக்கான பழைய இளஞ்சிவப்புப் பட்டுச்சேலை,

கிழிந்த வெல்வெட் ரவிக்கை, மடிப்போ சுருக்கமோ விழாத ஆனால் தளர்வுற்றிருக்கும் உடல், அழுக்கான கறைபடிந்த இடை, இப்பொழுது கருப்பையின் உள்சுவரிலிருந்து வழிந்து கொண்டிருக்கிற இளம் இரத்தம்.

காலையில் அவளுக்கு ஒரு ரொட்டியை எடுத்துச்சென்ற போது அவள் கால்களை விரித்து உயிர் பிரிந்துவிட்டதைப் போலத் தூங்கிக்கொண்டிருந்தாள். அருகில் சென்றதும் வாசனைத் திரவியம் தடவிக்கொண்டதன் மணம் வந்தது. முகமும் வீங்கியதுபோலக் காணப்பட்டது. அதிகம் அழுது சிவந்தது போலிருந்தன கண்கள். கண் இமைகள் பருத்திருப்பது போலத் தோன்றின. உடல் சிவந்து சிரங்குபோலக் காணப்பட்டது.

இன்று அவளுக்கு மாதவிடாயின் மூன்றாவது நாள். இவள் இன்று எப்படியாவது குளித்தாக வேண்டும். எப்படியாவது! அவள் அப்படியே இருப்பது சரியில்லை. அவளுக்கும் இது அபாயகர மானது. இந்த இடத்திற்கும். அப்படியே இருப்பதென்றால் பிறப்பினது புனிதத் தன்மையைக் கெடுப்பது! ஒருமுறை பழங்குடி விவசாயி ஒருவர் சேவல், இறைச்சி, பேய்க்கான படையல் எடுத்துவந்தார். சாவடியின் மேலே பாதையில் சென்று ஒரு மரத்தடியில் இருந்த கல்லை வழிபாடு செய்துவிட்டு அங்கே சேவலை அறுத்து எடுத்துச் சென்றார். போகும்போது அவர் சொன்னார், 'புனிதமான இடம் இது. இங்கே மாதவிடாய்க் காலம் நற்காரியம் இல்லை' என்று.

உள்ளே சென்ற அவன் கையில் சிறிய குடம் ஒன்றினையும் தோளில் சற்றே பெரிய குடத்தையும் எடுத்துச் சென்று தண்ணீர் கொண்டு வந்தான். தண்ணீர் காயவைக்கும் அண்டா முழுவதும் நீரை நிறைத்தான். அடுப்பில் நன்றாகக் காய்ந்த விறகுக் கட்டைகளை அடுக்கித் தீப்பற்ற வைத்தான். விறகில் நெருப்புப் பற்றியவுடன் அவன் சென்று கூடையிலிருந்த சீயக்காயைக் கீழே எடுத்தான்.

காட்டிலிருந்து சீயக்காய்ப் பட்டைகளை எடுத்துவந்து மொத்தமாகக் கூடையில் போட்டு உமா அதைப் பாதுகாப்பாக வைத்திருந்தாள். உமா சென்றதிலிருந்து விநாயகம் கைகூட வைக்கவில்லை. இன்றுதான் அதை எடுக்கிறான். அதிகப் பட்டைகளைக் கல்லில் வைத்துப் பொடியாக்கி நன்றாகக் கரைத்துக் கட்டியாக்கினான்.

அந்தக் கட்டியைக் குளிக்குமிடத்தில் வைத்த பின்னர் பெட்டியைத் திறந்து பெட்டியின் அடியிலிருந்த பழைய

சேலையை எடுத்து வந்தான் விநாயகம். சேலையையும் ஒரு ரவிக்கையையும் கொண்டுவந்து குளியலறையின் தடுக்கில் போட்டான்.

பின்னர் அவன் அவளிடம் சென்று, "எந்திரி. தண்ணீ சூடாயிருச்சு. குளி இன்னக்கி நீ" என்று குழந்தைக்குச் சொல்வதைப்போலச் சொன்னான்.

அவள் அவனைச் சிறிது நேரம் அலட்சியமாகப் பார்த்துக் கொண்டிருந்தாள். அப்படிப் பார்த்துவிட்டு ஒரு பக்கமாகத் திரும்பிக்கொண்டாள். விநாயகத்திற்கு அவ்வளவு கோபம் வந்தது. தடியை எடுத்துவந்து அவளின் தலையில் அடிக்க வேண்டுமென விநாயகம் நினைத்தான். அவன் முன்னே சென்று அவளின் தோளைக் கெட்டியாகப் பிடித்து எழுந்திருக்கச் செய்தான். பின்னர் அவன் பின்பக்கத்திலிருந்த குளிக்குமிடத்திற்கு அவளை இழுத்துச் சென்று உட்காரவைத்து மளமளவென நான்கு போசி[14] வெந்நீரை எடுத்து அவள்மேல் ஊற்றினான். வெந்நீர் மேனியில் பட்டவுடன் பூனை எப்படி நடுங்கிச் சிலிர்க்குமோ அதுபோலச் சிறிது நேரம் நடுங்கினாள். தண்ணீர் கொஞ்சம் அதிகம் சூடாக இருக்கிறதோ என்று விநாயகம் நினைத்தான். அதனுள் குளிர்ந்த நீரை ஊற்றி வெளாவிய அவன் போசியை அவள் கையில் கொடுத்து 'குளி' என்று சொல்லிவிட்டு வெளியே வந்தான்.

ஆனால் அவள் அப்படியே எழுந்து வெளியே வந்தாள். இப்பொழுது அவள் நனைந்துபோன கோழிக்குஞ்சுபோல ரொம்பவும் அசிங்கமாகத் தெரிந்தாள். விநாயகம் கோபத்துடன் தலையில் அடித்துக்கொண்டான். அப்படியே அவளைத் தள்ளிக்கொண்டு குளியலறைக்குள் கூட்டிச் சென்ற அவன் மீண்டும் நான்கு போசி தண்ணீரை ஊற்றினான். பின்னர் அவன் சீயக்காய்க் கட்டியைக் கையில் எடுத்தான். துணி துவைக்கிற சிறிய சோப் அங்கே இருந்தது. அதையும் அதனுள் கலந்து எடுத்துக்கொண்டான். ஓடிச்சென்று சிறிது தேங்காய் நார் எடுத்துவந்து அவளைப் பிடித்து உடல் அவயவங்களைப் பாத்திரங்களைத் தேய்த்துக் கழுவுவதுபோலத் தேய்க்கத் தொடங்கினான். இடையில் அவள் பெருந்துயரத்தில் இருப்பது போல் உட்கார்ந்தபடியே சாய்ந்து விழுந்தாள். அவளை மீண்டும் உட்காரவைத்து அவன் தேய்க்க ஆரம்பித்தான். சிறிது நேரத்தில் உடலிலிருந்த ஆடை நழுவிக் குளியலறைச் சேற்றில் விழுந்தது.

---

14. போசி – மக் (Mug) என்ற ஆங்கிலச் சொல்லிற்கு இணையாகக் கோவை மாவட்ட வட்டாரங்களில் பயன்படுத்தப்பெறும் பேச்சுவழக்குச் சொல்.

விநாயகம் போசி போசியாகத் தண்ணீரை ஊற்றியவாறே உடலிலிருந்த அசுத்தமான அழுக்குகளைச் சுரண்டி எடுத்தான். இதைக் கண்டு அவன் இனம்புரியாத மகிழ்ச்சியில் களிப்படைந் தான். முழுச் சோப்புக் கட்டியையும் போட்டுத் தேய்த்து அண்டா நிறைய இருந்த தண்ணீரை அவள்மேல் ஊற்றினான்.

ஆனால் அவன் சலனப்படாமல் இருந்தான். அவளின் திறந்த மேனியைத் தேய்த்து விடவும் அவன் தயக்கம் காட்டவில்லை. பொறுமையாக உள்ளே சென்று ஒரு துணியை எடுத்து வந்து அவள் உடலைத் துடைத்துவிட்டான். அவள் கூந்தல் சிக்காகி யிருந்தது. துடைக்கும்போது கூந்தலைக் கைகளால் வருடி அந்தச் சிக்கை எடுப்பதற்கு அவன் முயற்சி செய்தான்.

பின்னர் தடுக்கின் மேலிருந்த சேலையையும் ரவிக்கையையும் எடுத்துவந்து ரவிக்கையை உடலில் அணியச் செய்தான். பின்பு சேலையை அவள்மேல் வீசியெறிந்து 'கட்டிக்க' என்று சொல்லி விட்டு வெளியே வந்தான்.

சிறிது நேரத்தில், உண்மையாகவே உடலைச் சுற்றிச் சேலையை உடுத்திக்கொண்டு அவள் வெளியே வந்தாள். பின்பக்கத்தில் ஓர் உடைந்த நாற்காலி இருந்தது. அங்கே கொஞ்சம் சூரியஒளி விழுந்திருந்தது. விநாயகம் அவளை அங்கே அழைத்துப்போய் அமரவைத்தான். வீட்டில் பெரிய பற்கள்கொண்ட கட்டைச் சீப்பு ஒன்றிருந்தது. அவன் அதைத் தேடி எடுத்துவந்து அவள் கையில் கொடுத்தான். சீப்பைக் கையில் வாங்கிக்கொண்ட அவள் தன் கூந்தலருகில் எடுத்துப் போய்த் தலையை உலர்த்திக்கொள்ளத் தொடங்கினாள்.

கொஞ்சம் பக்கத்தில் நின்று விநாயகம் அவளை ஆர்வமாகப் பார்த்தான். அப்போது சுத்தம் செய்து வைத்திருந்த செம்புப் பாத்திரங்களைப்போல அவள் பளபளவெனச் சுத்தமாக இருந்தாள். அவள் அதிகம் வெள்ளையாக இல்லை ஆனால் கறுப்பாகவும் இல்லை. தேன் குடிப்பதற்கு முன்னால் வருவது போல அவளுடைய உதடுகள் சிறிது முன்னால் இருந்தன. அவை சிவப்பு வண்ணத்தில் பழுதுபடாது இருந்தன. கன்னம் கொஞ்சம் குழி விழுந்திருந்தது. ஆனால் மூக்கு மட்டும் கூர்மையாக இருந்தது. கண்கள் சிறிது பழுப்பாக, தங்க நிறத்தில். ஆனால் பார்வை மட்டும் ஆழமாக. இரண்டு சிறிய அகல் விளக்குகள் சுடர்விட்டு எரிவதுபோலக் கண்கள் தெரிந்தன. கண்களைச் சுற்றிலும் கருவளையம்கூட இல்லை என்பதால் இவள் நல்ல அழகான ஒரு பெண்மணியென்றே சொல்லத் தோன்றியது.

அவன் ஆராய்ந்து ஆராய்ந்து அவளின் வயதைக் கணித்து விட முயற்சி செய்தான். அவளைப்பற்றி அவ்வப்பொழுது அவன் நினைத்தான், சில நேரங்களில் தன்னைவிடச் சற்றுப் பெரியவளென்று, சில வேளைகளில் சற்றுச் சிறியவளென்று. இருபத்தைந்து வயதிற்குள்ளேதான் இருப்பாள்! என அவன் மனதிற்குள் சொல்லிக்கொண்டான்.

அதிக நேரம் அவள் ஏறுவெயிலில் உட்கார்ந்திருந்ததால் தலை நன்றாக உலர்ந்திருந்தது. மரத்தின் இலைகளினிடையே வந்து அவள்மேல் படர்ந்திருந்த வெயிலின் சிறுதுண்டு அவளின் தங்க நிறத்திலான மேனி மீது பட்டு மினுமினுத்தது. அந்த இடைப்பட்ட வேளையில் அவள் அவனுக்கு மிக அழகாக இருப்பதுபோலத் தெரிந்தாள்.

இப்போது இவளை எங்கு ஒளித்துவைப்பது. இப்படியே கொண்டுபோய் முற்றத்தில் போட்டால், ஏமாற்றிக் கொண்டிருப்ப தாக எப்படியோ யாராவது, எப்பொழுதாவது சொல்லிவிட்டால் அவமானம். அவன் தன்னைத்தானே பார்த்துப் பயந்துவிட்டதைப் போலானான். முன்னாலிருந்த பாதையில் வந்து ஏதாவது வழி கிடைக்குமா என்று எண்ணினான். பின்னர் அவன் சாவடியில் பூட்டி வைத்திருந்த ஓர் அறையின் கதவைத் திறந்து அங்கிருந்த பொருட்களை வேகவேகமாக ஒதுக்கி வைத்தான். உள்ளே ஓதமடித்திருந்ததால் நாற்றம் வீசிக்கொண்டிருந்தது. அவன் துடைப்பத்தால் பெருக்கிப்பெருக்கி அதைச் சுத்தம் செய்தான். காற்றுத் தூய்மையாகத் தவழ்ந்து வரட்டும் எனக் கதவைச் சற்றுநேரம் திறந்து வைத்தான்.

பின்னர் அங்கே மாட்டுச் சாணம் எடுத்துவந்து தெளித்து விட்டுக் கொல்லைப்புறம் சென்று அவளைத் தோளைப் பிடித்து அழைத்தான். அழைத்து வந்தபோது அவனுக்குத் தோன்றியது, இவள் ஒல்லியாகவும் உயரமாகவும் இருக்கிறாள். இவளின் கூந்தலும் நீண்டதாய் இருக்கிறதென்று. அவன் அவளை பாயில் அமரவைத்தான். அவள் குத்தவைத்துச் சிறிதுநேரம் உட்கார்ந்திருந்தாள். பின்பு வேகவேகமாக வெளியே வந்த அவள் தனது கந்தல் துணிமூட்டையைத் தூக்கிக் கக்கத்தில் இடுக்கிக்கொண்டாள். ஏதோ பயங்கரமான சிந்தனையில் ஆழ்ந்திருப்பதைப்போலச் சற்றுநேரம் அப்படியே நின்றாள். விநாயகம் மறுபடியும் தள்ளிக்கொண்டே அவளை உள்ளே அழைத்துச் சென்றான். அவள் கால்களுக்கு அருகில் மூட்டையை வைத்தவாறு படுக்கையில் உட்கார்ந்துகொண்டாள். இது விநாயகத்திற்குத் தன் வீட்டில் யாரோ நோயாளி இருப்பதுபோலத்

தோன்றியது. அவன் மனம் முழுவதும் அவளைப்பற்றிய கவலை யாகவே இருந்தது.

அவன் தன் அறைக்குச் சென்று கரண்டி நிரம்ப தேங்காய் எண்ணெய் எடுத்து வந்தான். அதை அவளது தலையில் தேய்த்து அவன் கையிலிருந்த சீப்பால் அவளின் தலைச் சிக்கைச் சீராக்கி நேர் செய்தான். கையில் கத்தரிக்கோலை எடுத்து நேர்த்தியாகக் கத்தரித்து முடியை திருத்தம் செய்தபின் முடி இடுப்புவரை இருந்தது. இப்பொழுது அவள் கூந்தல் சிக்கில்லாமல் அழகாக இருந்தது. கூந்தலைத் திருத்தம் செய்ய, திருத்தம் செய்ய அவளுக்குத் தூக்கம் வந்தது. கண்களை மூடி உடலுடன் மூட்டையை அணைத்துக்கொண்டு அவள் சிறுபிள்ளைபோலத் தூங்கினாள்.

இப்படி இவள் அமைதியாக உறங்குவதை விநாயகம் முதல் முறையாகப் பார்த்தான். அவள் எப்பொழுதும் கண்களைத் திறந்துகொண்டு ஒவ்வொரு முறையும் திரும்பித்திரும்பிப் படுத்துக் கொண்டிருப்பாள். இல்லையென்றால் உட்கார்ந் திருப்பதும் எழுந்திருப்பதுமாக இருப்பாள்.

காலையில் எழுந்து வெளியே வந்தபோது ஹரிஹர் சாவடியை நோக்கி 'தேவா, தேவா' எனச் சொல்லிக்கொண்டு மார்பில் அடித்தவாறு கவலையுடன் வந்துகொண்டிருந்தார்.

அவரின் பின்னால் யாரோ ஓர் அறியாத மனிதர். அவரை விநாயகம் என்ன ஆயிற்று என்று விசாரித்தான். அவர் சொன்னார், "யானை மாதிரி பெரிசா இருந்த எருமைக்கடாவை அங்க ஆத்தோரத்துல புலி அடிச்சிருச்சு. மூணு நாளாத் தேடிட்டிருந்தோம் நாங்க. இன்னக்கி தான் அங்க கிடைச்சுது. நேத்துச் சாயங்காலம் ஒருத்தன் அங்க கழுகெல்லாம் கூட்டமாத் திரியுதுன்னு சொன்னான்."

விநாயகத்திற்கு மிகவும் கொடுமையாகத் தோன்றியது. அவன் சிறிதுநேரம் அமைதியாக நின்றிருந்தான். ஹரிஹர் கார்வார் கோயில் ஒப்பந்ததாரர். ஒவ்வொரு கார்த்திகை மாதமும் தன்னுடைய பெரிய எருமைகளைப் பிடித்துக் கொண்டு யல்லாபூருக்கு வருவார். கைகே, கோடஸள்ளி, பரபள்ளி, பாஸல், இடகுஞ்ஜி[15] என இந்த அருகிலுள்ள ஊர்களின் வழியாக அவர் யல்லாபூருக்கு வந்து சேர்வார். பெட்டிகளை

15. கைகே, கோடஸள்ளி, பரபள்ளி, பாஸல், இடகுஞ்ஜி முதலானவை உத்தர கன்னட மாவட்டத்தில் அமைந்துள்ள பகுதிகளாகும்.

இழுத்துச் செல்கிற வேலைக்கு எருமைகளைப் பிடித்து வருவார். இப்போது ஒரு எருமையை வைத்துக்கொண்டு என்ன செய்வார்?

சிறிதுநேரத்திற்குப் பின்னர் அவன் கதவைத் திறந்து உள்ளே பைத்தியத்தின் அருகில் சென்றான். அவள் உமாவின் சேலையை உடலைச் சுற்றி இறுக்கமாக உடுத்திக்கொண்டு மல்லாந்து படுத்தவாறே மேலே பார்த்துக்கொண்டிருந்தாள். அந்தச் சேலையை அப்படியே முழுவதுமாகச் சுற்றியிருந்ததால் அவளுடைய கை, கால், விரல்கள்கூடத் தெரியவில்லை.

அவளின் தோற்றம் அப்படியே உமாவைப் போலவே இருப்பதாக விநாயகத்திற்குத் தோன்றியது. உமாவும் இதைப் போலவே உயரமாகவும் மெலிந்து ஒல்லியாகவும் இருந்தாள். உமா கொஞ்சம் கறுப்பு. இவள் சற்றுச் சிவப்பு. உமாவும் இப்படிச் சில நேரங்களில் 'எனக்கு நடுக்கமா இருக்குதுங்க' என்று சேலையை முழுவதுமாக உடலைச் சுற்றிக் கட்டிக்கொண்டு அமைதியாகப் படுத்திருப்பாள். தனக்கு அந்தச் சேலையின் முந்தானையைப் பிடித்து இழுத்துக் கழற்றி விடவேண்டுமென்ற எண்ணம் மனதில் ஏற்படுவதற்கேற்ப அவள் தூங்கிக்கொண்டிருக்கிறாள் என்று விநாயகம் நினைத்தான். அப்பொழுது அவளின் வாளிப்பான மேனியைப் பார்த்த விநாயகம் அதிக இன்பத்தில் திளைத்துக் கொண்டிருந்தான்.

அவளைச் சிறிதுநேரம் அருகில் நின்று அசையாது பார்த்தான் விநாயகம். இதுவே அவளின் நிஜமான எழில் உருவம் என்று அவனுக்குத் தோன்றியது. ஆனால் அவன் அமைதியாக வெளியே சென்றான்.

பால்காரன் சந்துரு சாவடிக்கு முன்னாலிருந்த மரத்திற்கு முன் சிறிது நேரம் காரணமில்லாமல் தயங்கிக்கொண்டிருந்தான். பின்னர் முன்னால் வந்து விசாரிக்க ஆரம்பித்தான், "அந்தப் பைத்தியம் போயிருச்சாயா? எங்கயும் பாக்க முடியலை."

விநாயகம் கோபமாக அவனைத் திட்டினான், "என்ன என்னைய விசாரிக்கற? அவள் என்ன என்னோட பொண்டாட்டியா? உனக்கெதுக்கு இந்தத் தேவையில்லாத விஷயம். இந்தச் சாவடிக்குப் பக்கத்தில வந்து பாரு. அரசாங்கச் சாவடியில என்ன விளையாட்டா?"

அவன் விநாயகத்தை விநோதமாகப் பார்த்துவிட்டுப் பேசாமல் சென்றான். அவனை அதிகமாகத் திட்டியது விநாயகத்திற்கு மகிழ்ச்சியாக இருந்தது.

தொலைவில் ஆடு, மாடு மேய்க்கக்கூடிய இடைச்சி கைக்கு அடக்கமான பெரிய தடி ஒன்றைத் தரையில் 'கட், கட்' என அடித்துக்கொண்டு ஆண்களைப் போலக் கரகரவென ஒலி எழுப்பியபடி வந்து, "கார்டுமாமா என்ன ஆச்சு?" என்று விசாரித்தாள்.

"அந்தப் பைத்தியத்தப் பத்தி என்னையக் கேக்கறான்! எங்க போச்சு, எங்க இருக்குதுன்னு!"

"போயிருச்சா அது?"

"ஆமா, ஆமா போயிட்டாள் அவள், போயிட்டாள். எங்கிருந்து வந்தாளோ எங்க போனாளோ கடவுளுக்குத்தான் தெரியும்!"

கடந்த மாதம் முழுவதும் பைத்தியம் சாவடியின் முற்றத்தில் படுத்திருந்தது. இல்லையென்றால் அங்குப் பக்கத்தில் அலங்கோலமாகச் சுற்றிக்கொண்டிருந்தது. திடீரென்று காண வில்லை என்பதால் ஊர்க்காரர்கள் விசாரிக்கிறார்கள். இரண்டே நாட்கள் ... இரண்டே நாட்களில் அனைவரும் விசாரிப்பதற்கு வந்துவிட்டார்கள்.

அவன் தன்னுடைய அறைக்கு வந்தான். அங்கு சுவரில் கனமான பெரிய நிலைக்கண்ணாடி மாட்டியிருந்தது. அடிக்கடி தன்னை நிலைக்கண்ணாடியில் பார்த்துக்கொண்டான். என்ன இழிநிலை நேர்ந்துவிட்டது எனக்கு. முகம் அப்படியே அசிங்கமாக எண்ணெய் வழிந்து இருந்தது. முன்பு ஒடுங்கிப் போயிருந்த கன்னங்கள் இப்போது மிகவும் குழிக்குள் போய்விட்டதைப் போலக் காட்சியளித்தது. தலையில் நன்றாக வளர்ந்திருந்த முடி இராணுவவீரனைப்போல நிற்கிறது. நான்கு நாட்கள் தாடியை மழிக்காதிருந்ததால் முகம் அசிங்கமாகத் தெரிந்தது.

உண்மை என்னவென்றால் உமா போனதிலிருந்து அவன் தன் உடல்மீது அக்கறை கொள்வதை விட்டுவிட்டான். வயிறு பசித்தால் சமைத்துச் சாப்பிடுவான். அவன் இப்போது தாடியை மழிப்பதற்கான பொருட்களை எடுத்தான். குவளையில் வெந்நீரை எடுத்துக்கொண்டு கண்ணாடியை இரண்டு பாதங்களிடையே கெட்டியாகப் பிடித்தவாறு தாடியை மழிப்பதற்கு உட்கார்ந்தான்.

உக்கிரமான வெயிலின் வேனிற்கால நாட்கள் தொடங்கி யிருந்தன. தோப்பில் இந்தக் காலத்தில் வேலை ஒன்றும் இல்லை. காரணமில்லாமல் காட்டைச் சுற்றியபடி சோம்பலாய்த் திரிந்தான்.

ஆனால் அவளைக் கவனித்துக்கொள்கிற வேலை பெரிதாக நடந்துகொண்டிருந்தது. அவள் எங்கேயாவது சென்றுவிட்டால் கவலை. அவள்மேல் எப்பொழுதும் ஒரு கண். அந்த அறைக்குப் பூட்டுப்போட்ட அவன் எங்காவது சென்றால் பூட்டிவிட்டுப் போனான். சற்று இருட்டத் தொடங்கிய பின்னரே அவளை வெளியே கூட்டிவரும் அவன் சாவடிக்குப் பின்புறம் அழைத்துப்போய் விட்டுவிட்டுத் திரும்பி நின்றுகொள்வான். அவள் இருட்டில் அதிகத் தூரம் உள்ளே சென்றுவிட்டால் விநாயகம் பதறிப் போவான். பின்னர் அவன் நாய், பூனைகளை அழைப்பதைப்போல 'யோ,யோ' என அழைப்பான். இல்லையென்றால் ஓடிச்சென்று பிடித்துக் கூட்டி வந்துவிடுவான்.

சில நேரங்களில் அவளின் அறைக்குச் சென்று அதிக நேரம் நிற்பான் அவன். இடையில் அவள் தெளிவு நிலைக்கு வந்ததைப்போலத் தெரிந்தாள். ஆடைகளைச் சுத்தமாகப் பேணி வந்தாள். கண்களில் உயிர்ப்பு நிறைந்திருப்பது போலக் கண்கள் சுழன்றன. அவள் தலையை அசைத்தவாறு பார்த்துக்கொண்டு கேள்விகள் கேட்பது போலத் தோன்றியது. எப்போதாவது அவன் அவளருகில் குத்தவைத்து உட்கார்ந்துகொள்வான். பின்னர் அவளிடம் பேசிக்கொண்டிருப்பது போல 'என்ன, என்ன' என்று வாயால் கேட்டுக்கொண்டும் கையால் சைகை செய்துகொண்டும் இருப்பான்.

"எங்கிருந்து வந்திருக்கற, வீடு எங்க?"

. . . .

"அம்மா, அப்பா எங்க இருக்கறாங்க?"

. . . .

"கல்யாணம் ஆயிருச்சா?"

. . . .

"இங்க எப்படி வந்த?"

ஆனால் அவள் ஒவ்வொரு வினாவிற்கும் இறுக்கமாக மூக்கணாங்கயிறு கட்டப்பட்ட மாடு முறைத்துப் பார்ப்பதைப் போலப் பார்ப்பாள்.

அவள் மூன்றாம் நாள் குளித்து முடித்ததற்குப் பிறகு நான்கு நாட்கள் உண்மையிலேயே நன்றாக நகர்ந்தன. ஒவ்வொரு

நாளும் உடல் ஆரோக்கியத்தை முறையாகப் பேணி வந்தாள். ஆடைகளும் சுத்தமாக உடுத்தி வந்தாள்.

ஐந்தாவது நாள் இரவில் அவள் சுற்றித் திரியத் தொடங்கினாள். திடீரென 'ஹா, ஹா' எனச் சத்தம் வந்தது. அவன் வேகவேகமாக அவளின் அறைக்கு ஓடினான். அவள் பற்களைக் கடித்துக்கொண்டு அசைந்து கொண்டிருந்தாள். பின்னர் தான் அமர்ந்திருந்த இடத்திலிருந்து எழுந்து சுற்றியபடி பொருளற்றுப் பாடத் தொடங்கினாள்.

“பொணம் எரிஞ்சு நெருப்பத் தலையில போட்டிட்டுத் தன்னையே எரிச்சிட்டுச் செத்துப் போச்சு . . . குழந்தை இல்லையின்னா என்னோட கருப்பை கெட்டுப்போச்சா இல்லை அழுகிப்போச்சா . . . இதெல்லாம் போலி, பணம் தேவையில்லாதது . . . கெட்டுப்போச்சா அழுகிப்போச்சா, கெட்டுப்போச்சா அழுகிப்போச்சா, கெட்டுப்போச்சா அழுகிப் போச்சா . . .”

விநாயகத்தின் எதிர்வினைகள் மக்களுக்குப் புரிந்து விட்டதால் அவன் கவலைப்பட்டான். அவன் வேகவேகமாகத் தன்னுடைய அறைக்குச் சென்றான். அங்கு கடவுள்படம் வைப்பதற்குரிய கனமற்ற மரப்பலகை இருந்தது. அதன்மேல் ஒரு கடவுளின் நிழற்படமும் பஜனை மணியும் இருந்தன. உமா சென்றதிலிருந்து அவன் இறைவனுக்குப் பூஜை, பஜனை செய்வது என அனைத்தையும் விட்டிருந்தான். வேகவேகமாக மணியைக் கையில் எடுத்த அவன் அதைப் பலமாக அடித்தவாறே கீழே அமர்ந்து பஜனை செய்ய ஆரம்பித்தான்,

டோபா டோபா ரகுமாய் டோபா
திகம்பரா திகம்பரா பார்வதி வல்லப திகம்பரா . . .
முக் பஹாதா லோசனீ ஸுக் ஜாலே ஹோ ஸாஜணீ . . .

களைப்படைந்திருந்தாலும் தன்னுடைய மனக்குமுறல் அவளிருக்கும் இடம்வரை கேட்க வேண்டுமென மணியடித்துக் கொண்டே சத்தமாகப் பாடினான். பாடி முடித்த பின்னர் அவனுக்கு வியர்த்ததுபோலத் தெரிந்தது. அந்த அளவிற்குப் பாடியிருந்தான். ஆனால் உடலில் புத்துணர்ச்சி இல்லை. எதுவும் சாப்பிடாமல் பாயை விரித்து அமைதியாக உறங்கப் போனான். சுவரில் இருந்த அரிக்கேன் விளக்கை மட்டும் அவன் அணைக்கவில்லை.

நான் எதற்காக இந்தக் கோமாளித்தனத்தைச் செய்கிறேன், ஏன் அவளை ஒளித்து வைத்திருக்கிறேன், அவள் விஷயத்தில்

எனக்கு ஏன் இந்த அக்கறை என அவன் நினைத்துப் பார்த்தான். தன்னையே ஏமாற்றிக் கொண்டிருப்பதைப்போல ஆத்திரத்துடன் சொல்லிக்கொண்டான், 'அவளை ஏன் விரட்டிவிடவில்லை நான்!'

ஒருமுறை அம்மா வழியில் ஒரு பூனைக் குட்டியை எடுத்து வந்தாள். அது மழையில் நனைந்து சிரமப்பட்டுக் கொண்டிருந்தது. குளிரில் உறைந்துபோயிருந்தது. 'அம்மா, இந்தச் சனியன ஏன் வீட்டுக்கு எடுத்திட்டு வந்தம்மா?' என்று கேட்டதற்கு அம்மா சொன்னாள், 'அதைக் கொஞ்சம் அடுப்புக்குப் பக்கத்தில் காட்டு, மழை நின்னதுக்கப்பறம் எடுத்திட்டுப் போயி விட்டறலாம்' என்று.

ஆனால் அந்தப் பூனை இறுதிவரை, ஆறு ஆண்டுகள் அம்மா இறக்கும்வரை வீட்டிலிருந்தது. அம்மா காலமானவுடன் அதுவும் ஒரு நாள் காணாமல் போனது.

நீண்ட நேரம் அவன் யோசனை செய்தவாறே படுத்துக் கொண்டிருந்தான். சற்றுத் துயில் கலைந்தபின் அவன் இயல்பு நிலைக்கு வந்தான். இரண்டு கதவுகளும் திறந்து கிடந்தன. விளக்கு எரிந்துகொண்டிருந்தது. அவன் படுக்கையிலிருந்து எழுந்தான். பார்த்தால் அந்த அறையின் கதவருகில் யாரோ அமர்ந்திருந்தனர். அரிக்கேன் விளக்கின் குறைந்த ஒளி, மங்கிய வெளிச்சம், ராணியைப் போன்ற ஓர் உருவம். வேகவேகமாகச் சுவரில் மாட்டியிருந்த விளக்கைக் கையில் எடுத்துக்கொண்டு முன்னால் சென்று பார்த்தால், அவள்!

அவன் கையில் விளக்கைப் பிடித்தவாறு சற்று நேரம் அவளருகில் பேசாது நின்றிருந்தான். அமைதியாக இருந்த அவள் தனது கையைத் தாழ்த்தி அவனின் காலைப் பிடித்துக்கொண்டு அழத் தொடங்கினாள்.

தோளைப் பிடித்துத் தூக்கி அவளை எழுப்பி விட்டான் விநாயகம். எழுந்தபோது எதார்த்தமாக அவனைத் தொட்டாள். அவன் அவளின் அறைக்குக் கையைப் பிடித்து அழைத்துச் சென்றான். அவளைக் கட்டிப்பிடித்துக் கூட்டிச் செல்வதுபோல அவளின் அறைக்கு அழைத்துப் போனான். இன்று அவன் முதல்முறையாக அவளை முழுமையாகத் தொட்டது நிகழ்ந்தது. அவன் மனம் சலனப்படவில்லை என்று சொல்ல முடியாது. ஆனால் பயம், நம்பிக்கையின்மை என்ற அழுத்தம் சற்றே இருந்தது. அவை அவனது நெருக்கத்தைச் சாத்தியமாக்க விடவில்லை. மேலும் பாவம், பழி வந்துவிடுமோ என்கிற

உணர்வு. இதனாலேயே அவளுக்கு நான் சாப்பாடு போடுகிறேன், குளிப்பாட்டி விடுகிறேன்? என்கிற வினாக்களால் மேலும் மனஅழுத்தம். இருந்தும் அறியாமையின் உபயத்தில் கும்மாளம்! ஆனால் ஓர் அன்புடன் கவனித்துக்கொண்டான். விநாயகம் முட்டாளாக, அரைவேக்காடாக இருந்தான். சலனத்தின் மாயையில் வீழ்ந்து கிடந்தான். ஆனால் அவன் காட்டுமிரண்டியாக, கொடுமைக்காரனாக மட்டும் இல்லை. தனது வாழ்க்கைப் போராட்டத்தில் பெற்ற பண்பாலும் இறைவன்மேல் கொண்ட கடுமையான பயபக்தியாலும் பல சிரமங்களைத் தாங்கிக்கொண்டு சுயக்கட்டுப்பாட்டுடன் இருந்தான்.

அடுத்த நாள் காலை திடீரென்று ஒருவன் வந்து கதவருகில் நின்றுகொண்டிருந்தான். இருப்பத்திரண்டு, இருபத்திமூன்று வயது இளைஞன். அவன் கையில் ஒரு பை இருந்தது. தோளில் நன்றாகச் சுற்றிவைக்கப்பட்ட மெத்தை இருந்தது. அவனைப் பார்த்துச் சந்தேகப்பட்ட விநாயகத்திற்குப் பயம் வந்தது. வெளியே வந்து "யாரு, யாரு நீ?" எனக் கேட்டான்.

"பாளேமனி பண்ணையாரோட வேலக்காரன் நான். இங்க ஒரு கல் உடைக்கற வேலயக் குத்தகைக்கு எடுத்திருக்கறாரு பண்ணையாரு. அதுக்குக் கூடாரம் போடுறதுக்கு வந்திருக்கறேன் நான். மூணு மாசம் வரைக்கும் வேலயிருக்கும். வீட்டுல காலியிடம் இருக்குதுன்னு உங்களோட ரேஞ்சர் சொன்னாரு. அதுதான் இங்க தங்கிக்கலாம்னு."

விநாயகம் சுதாரித்துக்கொண்டான். "இங்க தங்கப் போறயா நீ, இங்க? இது மணியக்காரரோட சுங்க இலாக்காவுக்குச் சொந்தமான இடம். நாளெல்லாம் ஆந்தை அலறிட்டேயிருக்கும். முந்தா நாள் இந்த முற்றத்தில பாம்பும் கீரியும் சண்டை போட்டிட்டு இருந்துச்சு. இந்தச் சாவடிக்கு வந்த யாரும் எப்பவும் நல்லபடியாப் போய்ச் சேந்ததில்லை. முன்னால இருக்கற இந்த அறையில ஒருத்தன் தூக்குப் போட்டுத் தற்கொலை பண்ணிக்கிட்டான். இப்பவும் அவன் இங்க சுத்திக்கிட்டு இருக்கறான். எத்தனையோ முறை நானே கண்ணால பாத்திருக்கறேன்."

"ஆனா நீங்க இங்க இருக்காம இல்லையே?"

"என்னைய விடு. நான் எல்லாத்தையும் விட்டுட்டேன். பொண்டாட்டி செத்ததிலிருந்து என்னோட சாவுக்காக இங்க இருக்கறேன். அப்பறம் நான் அரசாங்க ஆளு. அரசாங்க உடுப்பப் போட்டிருந்தா எந்தப் பிரச்சனையும் வராது. தனியார் ஆளுக தங்கற வீடு இல்லை இது." அங்கு ஒதுக்குப்புறமான

இடத்தில் பேசுவதைக் கேட்டுக்கொண்டிருந்த பண்ணையாரின் வேலையாள் நாராண் மெதுவாகச் சொன்னான், "இதே ஒரு பேய் வீடு. இங்க இன்னொரு பேய் வரப் போகுதா?"

"அப்பறம் எனக்கு இங்க தங்கறதுக்கு எங்க எடம் கிடைக்கும்?"

"மேல பாதையில போன பக்கத்தில ஷிதராமோட கிடங்குக்கிட்ட போய்க் கேளு. அங்க குலாபின்னு ஒருத்தி இருப்பாள். அவளைக் கேளு."

அவன் அமைதியாகத் திரும்பிப் போனான்.

நாராண் முன்னே வந்தான். "கார்டுமாமா, அவனை ஏன் விரட்டி விட்ட? இந்தத் தனியான சாவடியில உனக்குப் பேச்சுத் துணையாக இருக்கும்ல."

"எனக்குப் பேச்சுத் துணைக்கெல்லாம் ஒண்ணும் வேண்டாம். யாரோ கிராமத்துல இருக்கற முன்பின் தெரியாத ஆளு. அரசாங்கச் சாவடியில தங்க வந்திருக்கான்."

நாராண் முன்னே வந்து மெதுவாகக் கேட்டான், "உனக்குப் பேச்சுத் துணைக்கு என்ன இருக்குது." அவன் சாவடியின் படியில் ஏறிவர ஆரம்பித்தான். விநாயகம் அவசர அவசரமாகச் சொன்னான், "சொல்லு, சொல்லு. அங்கிருந்தே சொல்லு."

"அந்தக் கொண்டி ஷிவா, அவனோட தம்பி ராமண்ணா ரெண்டுபேரும் நேத்து ராத்திரி பெரிய கருங்காலி மரக்கட்டைகளை நெறையாக் காட்டிலிருந்து வெட்டிட்டுப் போயி மொத்தமா ஒளிச்சு வச்சிருக்காங்க. பிடிச்சிட்டு வந்து கேஸ் போடுங்க அவங்க மேல. இல்லையின்னா ஃபாரெஸ்டர்கிட்ட சொல்லுங்க. பெரிய திருட்டுப் பசங்க அவங்க."

விநாயகம் உடனே திட்டத் தொடங்கினான், "பிடிக்கறய்யா, பிடிச்சுக் கொடுக்கறேன். அதை நாங்க பாத்துக் கைப்பத்திக்கறோம். காடு என்ன உங்க அப்பனோடதா? புகார் செஞ்சிட்டு வர்ற இங்க."

விநாயகத்தை விநோதமாகப் பார்த்துவிட்டு நாராண் பேசாமல் பின்பக்க வழியில் நடந்து போனான். போட்டிருந்த அழுக்குத் துண்டில் முகத்தைத் துடைத்தவாறே அவன் சென்று கொண்டிருந்தான்.

உண்மையைச் சொன்னால் இது விநாயகத்தின் வேலை இல்லை. இவன் தோப்பில் காவலாளியாக இருக்கிறான். இந்தச் சுற்றுப்புறப் பகுதிகளைப் பார்த்துக்கொள்வதற்கு என இன்னொரு காவலாளி இருக்கிறான். அவன் எப்பொழுதாவது நான்கு, எட்டு நாட்களுக்கு ஒருமுறை யல்லாபூரிலிருந்து வருவான். ஆனால் அவனைச் சந்தித்து முன்கூட்டியே காதில் போட்டுவைப்பதில் விநாயகம் உறுதியாக இருந்தான். அவன் சிந்தித்துக்கொண்டிருந்தான், இந்தத் தகவலை எப்படியாவது வனஅதிகாரியிடம் சொல்லிவிட வேண்டும். இல்லையென்றால் தன் வேலை மீதும் சந்தேகம் வருமென்று.

அடுத்த நாள் காலையில் சுற்றுப்புறப் பகுதிகளைக் காவல் காத்துக்கொண்டிருக்கும் அந்தக் காவலாளி கையில் சைக்கிளைப் பிடித்துக்கொண்டு சாவடிக்கு அருகிலுள்ள பாதையில் கீழே உள்ள கிராமத்திற்குப் போய்க்கொண்டிருந்தான் தாமதமாக. விநாயகம் அவனைப் பார்த்ததும் அவனிடம் ஓடிச்சென்று கருங்காலி மரக்கட்டைகள் பற்றிய அனைத்துச் செய்திகளையும் அந்தக் காவலாளியிடம் கூறினான். செருக்குள்ள பெரிய மனிதனைப் போல அவன் மௌனமாகத் தலையை அசைத்தான். இறுதியில் அவன், "உங்கிட்ட யாராவது ஏதாவது எழுதித் தந்தாங்களா?" என விசாரித்தான்.

விநாயகம் இல்லை என்று கூறியதும் "விடு" என்று சொல்லி விட்டுச் சைக்கிளைக் கையில் பிடித்தவாறு சென்றான். 'வனஅதிகாரியோட காதில் போட்டு வைப்பது நல்லது' என்று விநாயகம் பின்னர் சொல்லிக்கொண்டான்.

அடுத்த நாள் விநாயகம் எந்தவிதக் காரணமுமில்லாமல் கிராமத்தைச் சுற்றிவிட்டு வருவதற்காகச் சென்றான். என்னவாவது காய்கறிகள் கிடைத்தால் வாங்கி வரலாம் என்றும் பீட் காவலாளி நேற்று வந்து சென்றதால் ஏதாவது ஆயிற்றா என்று கேட்டுத் தெரிந்துகொள்ளவும். வயல் வெளிகள் நிரம்பிய விவசாய நிலங்கள் வழியாக அவன் சென்றான். பாதையின் இருபுறமும் தொலை தூரத்தில் வீடுகள் இருந்தன, புற்களால் வேயப்பட்ட கூரைபோல. விவசாய நிலங்களின் மத்தியில் நீரோடை ஓடிக்கொண்டிருந்தது. ஓடிக்கொண்டிருந்த நீரின் சப்தம் எருமையின் கழுத்தில் கட்டப்பட்ட மணியோசைபோலக் கேட்டுக்கொண்டிருந்தது.

அவன் சென்றுகொண்டேயிருந்தான். பார்த்தால், மராட்டி ஆளுகைக்கு உட்பட்டிருந்த எல்லைப் பகுதியருகே வந்திருந்தான்.

பின்பு திரும்பிச் செல்ல ஆரம்பித்தான். வழியில் "அவனோட சந்ததி விருத்தியடையாது. பிள்ளைகளே இருக்காது" என்று ஒருவன் கூச்சலிட்டான்.

"என்ன ஆச்சு உனக்கு?"

"நேத்து அந்த பீட் கார்டு வந்தான், நான் உழுகறதுக்கு விதைநெல் எடுத்து வச்சிருந்தேன். அதுல அடைகாக்கறதுக்குப் பாதுகாப்பா வச்சிருந்த ஒன்பது முட்டைகளையும் எடுத்திட்டுப் போயிட்டான். என்னோட கோழியையும் பிடிச்சிட்டுப் போயிட்டான் அவன். அவனோட சந்ததி இனிமேல் விருத்தியடையுமா?"

விநாயகம் எதுவும் பேசாமல் முன்னே சென்றான். வழியில் புதிதாகத் திருமணமான ஒரு தம்பதியினர் குடில் அமைத்துக் கொண்டிருந்தனர். அவன் அந்தப் பாதையில் வேகமாக மேலேறிச் சென்றான்.

ஊருக்குள் கன்னட உழவர்களின் வீடுகள் சில இருந்தன. அந்த மக்கள் சில வேளைகளில் புதிதாகத் திருமணமானவுடன் மூன்றாவது நாளில் தம்பதியினரை வீட்டிலிருந்து வெளியே அனுப்பிவிடுவார்கள். அவர்கள் காட்டிற்கு வந்து புதிய குடில் அமைத்துத் தங்கியிருப்பார்கள். மக்கள் சென்று அவர்களைக் கேலியும் கிண்டலும் செய்வார்கள். ஆனால் சில நாட்களில் அந்தக் குடிலை அந்த இடத்திலிருந்து காலி செய்து கொடுத்துவிடுவார்கள்.

இதைப்போல குடில் ஒன்றைச் சின்னாவும் அவன் மனைவியும் காட்டில் அங்கே அமைத்திருந்தார்கள். விநாயகம் குடிலின் அருகே செல்லும்போது நேரம் நீண்டு உச்சியை அடைந்திருந்தது. இலை கொடிகளிலிருந்து வந்த ஒளி கிழித்துக்கொண்டு ஊடுருவியதைப்போல நிலத்தில் படர்ந்திருந்தது. அருகில் நான்கைந்து மாடுகளும் சில ஆடுகளும் மேய்ந்துகொண்டிருந்தன. மூங்கிலால் வேயப்பட்ட கதவு அடைக்கப்பட்டிருந்தது. உள்ளேயிருந்து முணுமுணுப்பு ஒலி வந்துகொண்டிருந்தது. குடிலை அடைந்தவுடன் விநாயகம் ஆர்வத்தில் மெதுவாகக் கதவருகில் வந்தான். கதவைத் திறந்து திருட்டுத்தனமாக உள்ளே பார்த்தான். சின்னாவின் மனைவி திடமாக இழைக்கப்பட்ட அந்தத் தரையில் படுத்துக் கிடந்தாள். இழைக்கப்பட்ட காட்டு மரக்கட்டைகளுடன் ஒன்றிப்போய்க் கிடப்பதைப்போல மிகக் குறைவான ஆடையுடன் சின்னாவும் ஒல்லியான வாளிப்பான உடல்வாகுவைப் பெற்றிருந்த அவன் மனைவியும். அவள் கறுப்பாக இருந்தாள். ஆனால் அந்தக் கறுப்பு நிறத்திலும் தூய்மையாகப்

பளபளப்புடன் வித்தியாசமாக இருந்தாள். இடையில் அவர்கள் பாசாங்காக ஒருவருக்கொருவர் விலகிக்கொண்டார்கள். மீண்டும் முழு வேகத்தில் கட்டிப்பிடித்தார்கள். இந்த உற்சாகமான விளையாட்டைப் பார்த்தவாறு விநாயகம் சிறிதுநேரம் அசையாது நின்றிருந்தான். பின்னர் உணர்ச்சி வந்தவன் போல ஓரமாகச் சென்றான். பக்கத்தில் இருந்த முள்மரத்தடியில் சென்று நின்று கொண்டான். தன்னைக் கட்டுப்படுத்திக்கொண்டிருந்த அவன் சிறிது நேரத்தில் சோர்வாகியிருந்தான்.

சிறிது நேரத்தில் அவன் அங்கிருந்து இருமியபடியே "சின்னா" என்று குரல் கொடுத்தவாறு முன்னால் வந்தான்.

சின்னாவின் மனைவி கதவைத் திறந்தாள். வெளியே வந்தபோது அவளின் மார்புத்துணி கீழே வந்திருந்தது. அவள் உடனே ஒழுங்கு செய்யாமல் அதை மீண்டும் மார்பில் போட்டுக் கொண்டாள். இதுபோல மார்பில் துணி போட்டுக்கொள்கின்ற வழக்கம் இம்மக்களிடத்தில் இல்லை. திருமணம் ஆவதற்குச் சில காலங்கள் முன்னரும் திருமணமாகி சில ஆண்டுகளும் ஆண்கள் அணிந்துகொள்ளக்கூடிய மேலாடையையே மார்பை மறைக்கப் போட்டுக்கொள்வார்கள். ஆனால் குழந்தை பிறந்த வுடன் அதை விட்டுவிடுவார்கள். விநாயகத்திற்கு அவளின் மார்பகங்கள் தனித்தன்மை வாய்ந்ததாகத் தெரிந்தன. அவை கீழே தொங்காமல் சிறிய குடம் போன்று அவள் மார்பில் இருந்தன. முலைக்காம்புகளும் விறைப்பாகக் கிளியின் அலகுபோலத் தெரிந்தன.

பைத்தியத்திற்கும் இதைப் போலவே மார்பகங்கள் இருக்கின்றன. ஆனால் சற்றே தளர்ந்து இருக்கும். அவள் மேனியைச் சுத்தம் செய்து மெருகேற்றி விட்டால் ஒருவேளை அவளின் மார்பகங்களும் இதைப்போல ஆகிவிடலாம். ஆனால் உமாவின் ஞாபகம் வந்தால் மட்டும் அவன் இந்த நினைவைத் தூக்கி வீசிவிடுவான்.

மனைவிக்குப் பின்னால் சின்னாவும் வெளியே வந்தான். காக்கிச் சட்டையணிந்த அரசாங்க ஆளைக் கதவிடுக்கின் வழியே பார்த்தவுடன் அவன் தடுமாறினான். "வணக்கஞ் சாமி, வணக்கஞ் சாமி" என்று அவன் பதினேழு முறை வணக்கம் செய்தான். விநாயகம் அமர்வதற்கு நன்றாக வேயப்பட்ட சிறு நாற்காலியை எடுத்துவந்து போட்டான். விநாயகம் சொன்னான், "நம்ம முன்னோர்களோட பழக்கம் இது. இங்க நீ வனஅதிகாரியோட இடத்துல வீடு கட்டியிருக்கற. இத நீங்க காலி செஞ்சிட்டுப் போங்க."

விநாயகம் அதெல்லாம் தன்னுடைய கையில் இருப்பது போலச் சொன்னான். "சட்டம் மாறிப்போச்சு. நாளுக்கு நாள் எல்லாம் கண்டிப்பாயிட்டு இருக்குது. இருந்தும் எப்படி ஆகுதுன்னு பார்ப்போம்" என்று சொல்லிவிட்டு விநாயகம் எழுந்து சென்றபோது சின்னா கூறினான்,

"நாளைக்கு ஒரு தேன் பாட்டில் எடுத்திட்டு வர்றேன். பழசு கொஞ்சம் வீட்டுல இருக்குது."

அவன் படியில் இறங்கிக் கீழே வந்தான். வயல்வெளியில் படர்ந்திருந்த ஆகாயத் தாமரை மொட்டுகளின் அருகில் நாராண் நின்றிருந்ததை விநாயகம் பார்த்தான். அவன் திறந்த மேனியாக இருந்தான். இடுப்பில் சிறிய துண்டைச் சுற்றியிருந்தான். இடுப்புக் கச்சையில் வைத்திருந்த அரிவாள் அவன் அருகில் வரவர 'கட், கட்' என அசைந்துகொண்டிருந்தது.

தாக்குவதைப்போல முன்னால் வந்து திரும்பிய நாராண் திட்ட ஆரம்பித்தான், "முந்தா நேத்து நீ என்னைய விரட்டி விட்டயில கார்டு மாமா. நேத்து அந்த கார்டு வந்து அவங்ககிட்ட அம்பது ரூபா வாங்கிட்டுப் போயிட்டாரு. அந்த மரக்கட்டைகள் எல்லாத்தையும் எங்கயாவது எடுத்திட்டுப் போயி ஒளிச்சு வச்சிருன்னு அவரே சொல்லிக் கொடுத்திட்டாரு. ஒண்ணா நாடகமாடுறீங்க. நீங்க எல்லாரும் துரோகி."

விநாயகம் ஒன்றுமே பேசாமல் பொறுமையாகக் கேட்டுக் கொண்டு வந்தான். சாவடிக்கு வந்து அவள் அறையின் பூட்டைத் திறந்துவிட்டான். அவள் ஒரு காலை மடித்து வைத்துக்கொண்டும் ஒரு காலை விரித்து வைத்துக்கொண்டும் உட்கார்ந்திருந்தாள். சாளரத்தின் வழியாக வெளியே பார்த்தான். சாளரத்தின் வழியாக வந்த ஒளிக்கற்றையின் வெளிச்சம் அவளின் முகத்தின் மீது படர்ந்திருந்தது. முகம் அழகாகத் தெரிந்தது. சிறிது நேரம் அவன் அவளைப் பார்த்தவாறே இருந்தான், புதிதாக ஒருத்தியைப் பார்ப்பதுபோல.

கடந்த எட்டு நாட்களில் அவள் உடல் நன்றாக உப்பியிருப்பதாக அவன் நினைத்தான். உடல் சதைப் பிடிப்புடன் அப்படியே கொழுகொழுவென ஆகியிருந்தது. இரத்தம் சூடேறி அவள் செருக்குடன் இருந்தாள். அவளின் மார்பகங்களை அமுக்கிவிட அவனின் பிடி முன்னே சென்றபோது கை நடுங்கியது. இருந்தும் நெருங்கி முன்னே சென்றான். அவளுடைய உடலிலிருந்து விநோதமான, பழக்கப்பட்ட நாற்றம் மூக்கைத் துளைத்தது. அவன் விரைவாகப் பக்கத்தில் ஒதுங்கிக்கொண்டான்.

அவள் மாதவிடாய்க்காகக் குளித்து இன்று எட்டு நாட்கள் ஆகிவிட்டதென்று அவன் மனதிற்குள் சொல்லிக்கொண்டான். அவளை மீண்டும் குளிக்கவைக்க வேண்டும். அவன் அண்டா நிரம்பத் தண்ணீரைக் காய வைத்தான். சீயக்காய் உருண்டை தயார் செய்து முன்பு போலக் குளிக்கச் செய்தான். இந்த முறையும் அவன் கரண்டி நிரம்ப நன்றாகச் சந்தனம் அரைத்து அவளது உடல் முழுவதும் பூசிவிட்டான். அவள் அன்று உமாவின் புதிய சேலையை உடுத்திக்கொண்டாள்.

இன்று அவள் உண்மையிலேயே தூய்மையாகவும் பரிசுத்த மாகவும் அழகாகவும் தெரிந்தாள். அவள் உடல் உப்பியிருந்தது. ஒரு முழுமையான பெண்மணியின் தோற்றத்தில் அவள் உடல் காட்சியளித்தது. ஆனால் விநாயகம் அவளைக் குளிப்பாட்டிவிடும் போது அவளிடம் சில்மிஷங்கள் செய்யவில்லை. குழந்தையைக் குளிக்கவைப்பது போலவே அவளைக் குளிப்பாட்டினான். அவளும் கலகம் செய்வது போல அமளி செய்தாள்.

முன்புபோல அவன் அவளின் கூந்தலை வாரி விட்டான். அதை ஒரு கறுப்புப் பேண்ட் போட்டுக் கட்டிவிட்டபின் உமாவின் குங்குமச்சிமிழைத் தேடி எடுத்து வந்தான். நிறைய குங்குமத்தை எடுத்து நன்றாக வட்டமாக அவள் நெற்றியிலிட்டான். அவளின் வெறுமையான வெண்மையான இடம் மறைந்து போயிருந்தது. பின்பு வேகவேகமாகச் சென்று கண்ணாடியை எடுத்துவந்து அவளின் முன்னால் பிடித்துக்கொண்டு அவன் சொன்னான், “பாரு, நீ எவ்வளவு நல்லா அழகாக இருக்கறன்னு. ஆனா இந்தப் பைத்திய வேஷம் போட்டிட்டு உக்காந்திட்டு இருக்கற!”

ஆனால் அவளின் பார்வை அசையவில்லை. கண்ணாடியில் பிரதிபலித்த தன் பிம்பத்தின் பக்கம்கூடப் பார்க்கவில்லை. விநாயகத்திற்குக் கோபம் வந்தது. பிடித்திருந்த கண்ணாடியால் அவளது தலையில் அடித்துவிட வேண்டும் என நினைத்தான். அவன் ஆத்திரத்துடன் வெளியே வந்தான். ‘உலகத்தோட சூதுவாது இல்லை. மூணு வேளையும் விழுங்கினா மட்டும் போதும். எட்டு வேளை சோறு பத்தாது. அப்ப பைத்தியம் எங்க போகும்? என்ன மாதிரி ஊமைப் பைத்தியம் இது! அடுத்தவங்களச் சாகடிச்சிரும். எங்கயும் எந்திரிச்சுப் போக மாட்டேங்கற. இப்ப வெளிய கொண்டு போயி விடுட்டுமா உன்னைய? பிச்சுத் தின்னுடுவானுக.’

அவன் சமையல் வேலையைத் தொடங்கினான். கடந்த ஞாயிறன்று அவளை உள்ளே பூட்டி வைத்துவிட்டு மேலே

பாதையில் லாரியைப் பிடித்து யல்லாபூர் போய்ச் சில காய்கறிகள், பருப்பு, கருவாடு, வெல்லம் வாங்கி வந்திருந்தான்.

அவன் பலவகையான காய்கறிகளைப் போட்டுக் காய்கறிக் குழம்பு செய்தான். வறுத்த மான்கறி கொஞ்சம் தொட்டுக்கொள்ளச் செய்தான். அவளின் முன்னால் அமர்ந்துகொண்டு அவளுக்குப் பசி தீரப் பரிமாறினான். சாப்பிட்டு முடித்தபின் வாயைக் கழுவிக் கொள்ளச் சிறிது தண்ணீர் தந்தான். வாயைக் கழுவுவதற்குச் சட்டியை முன்னால் பிடித்துக்கொண்டான். வாயில் கொஞ்சம் சோற்றுப் பருக்கைகள் மிஞ்சியிருந்ததால் அதைத் தன் கையால் துடைத்துவிட்டான்.

அந்த மாலைப் பொழுதில் அவளருகில் அமர்ந்துகொண்டு அவன் தனியாகப் பேசிக்கொண்டிருந்தான். இடையிடையே அவனைப் பார்த்தவாறு அதை உண்மையிலேயே அவள் கேட்டுக் கொண்டிருந்தாள். முகத்தைப் பொறுமையாக அசைத்தாள். பின்பு அவன் ஏக்கத்துடன் அமைதியின்றி அவளைப் பார்த்தான். ஆனால் அவள் மௌனமாக இருந்தாள், அனைத்து அறிவையும் பேசும் சக்தியையும் யாரோ பறித்துச் சென்றுவிட்டதைப் போல. எங்கேயோ பாதிப்படைந்து அவள் கட்டுப்பாட்டை இழந்துவிட்டதுபோல.

இரவில் அவன் உறங்கிக்கொண்டிருந்தபோது தலையில் சூடான இரத்தம் ஊடுருவியது போலத் தலை கனமாகியிருந்தது. திடீரெனத் தூக்கத்திலிருந்து விழித்துக்கொண்டான். உடல் சூடேறிக் கொண்டிருந்தது. எங்கேயாவது வைத்துத் தணித்து விடவேண்டுமென்று தோன்றியது. மெல்லமெல்ல அந்த நெருப்புத் தணிந்தது. இதயத்திலும் ரணம் குறைந்துவிட்டதைப் போலக் குறட்டைவிடத் தொடங்கினான். உடலில் குறைவான ஆடையுடன் சின்னா, அவனுடைய மார்பில் பாதி திறந்த மேனியுடன் அவனின் மனைவி . . . தரையில் அவர்களின் காம விளையாட்டு . . . கிளி அலகை ஒத்து மிதக்கும் அவளின் மார்பகங்கள்... ஒரு முறை அவன் உமாவை அழைத்துக்கொண்டு காட்டைச் சுற்றிப் பார்க்கச் சென்றான். காட்டில் நீண்ட தூரம் உள்ளே போயிருந்தார்கள். இடையில் ஒரு மரத்தடியில் அவன் உமாவை அருகில் இழுத்தான். இலைச் சருகுகளின் மேல் படுக்கவைத்தான். குளிர் காற்று, இலைகளிலிருந்து விழுந்த ஊதா ஒளி . . . போதுமான வெளிச்சத்தில் அவன் முதல்முறையாக உமாவைத் திறந்த மேனியில் பார்த்தான். உமா அத்தனை வெட்கப்பட்டாள் அப்போது. பின்னர் உடனே அவன் அந்த வெட்கத்தைச் சிதைத்தான். அவளை இறுக்கமாகப் பிடித்துக்

கொண்டு விடவில்லை அவள். இடையில் எந்த இடத்திலாவது உடலை இம்சித்து முத்தமிட்டுக்கொண்டிருந்தாள்.

நாளத்தில் கொதித்துக் கொண்டிருந்த இரத்தத்தில் ஆயிரம் வாட் மின்சாரம் பாய்ந்துகொண்டிருந்தது. மனம் தன்னை மறந்து மூழ்கிப் போனது. யாரையோ வலிமையாக அழுத்திப் பிடித்துக்கொண்டு, விட்டுவிட்டு மகிழ்ந்துகொண்டு ...

அவன் அமைதியாகக் காணப்பட்டான். அருகிலிருந்த அந்த அறையில் அவளும் குறட்டைவிட்டுக்கொண்டிருந்தாள். அவள் மெல்ல அழைப்பதுபோலத் தோன்றியது அவனுக்கு. எழுந்து தலையணைக்குப் பக்கத்திலிருந்த அரிக்கேன் விளக்கை எடுத்துக்கொண்டு அவள் அறைக்குச் சென்றான். அரிக்கேன் விளக்கை அருகில் வைத்துவிட்டு அவளின் உடலிலிருந்த கம்பளியைப் பக்கத்தில் இழுத்தான். அவளுடைய ஒரு கால், தொடையிலிருந்து கீழ்வரை திறந்து காணப்பட்டது. வெள்ளையாக வாளிப்பாகவும் நீண்டதாகவும் இருந்தது. அவன் ஆவேசம் வந்தவனைப்போல அவளுடைய தொடையில் தன் பிடியை வைத்து அழுத்தினான். அவன் அதை அவள்மேல் வைத்து எடுத்தான். அவளின் உடல் முழுவதையும் பிராண்டத் தொடங்கினான். அந்த அறையில் சூடேற்றப்பட்ட இரும்பாக ஆகியிருந்தான்.

ஆனால் அவள் குளிர்ச்சி. அவள் கண்களில் இரண்டு உடைந்த துண்டுவில்லைகள். அவள் எப்போது வேண்டுமானாலும் அந்தச் சிரிப்பதும் அழுவதுமான விளையாட்டைத் தொடங்கி விடுவாள் என்று விநாயகம் நினைத்தான். அவன் வேகவேகமாகச் செயல்பட்டான். காற்றடித்து அங்கிருந்த அரிக்கேன் விளக்கு அணைந்தது.

அவன் அவளை அந்தளவிற்குத் தொந்தரவு செய்தான். ஆனால் அவளின் வாயிலிருந்து துக்கத்தின் வலி சிறிதும் வெளிப்படவில்லை.

தன் வேலை முடிந்தவுடன் எழுந்த அவன் அவளை ஒருமுறை மிகுந்த அன்புடன் பரிவுடன் பார்த்துவிட்டுத் தன் அறைக்கு வந்தான். ஒருபுறம் ஓர் அதிசயமான உடல், மகிழ்ச்சியான மனநிறைவு. மறுபுறம் ஒரு துயரம், பயம். யாரும், எங்கேயும் இதுபற்றி விசாரிக்கப் போவதில்லை. ஆனால் இது என்னுடைய உமாவின் இடம். என்னுடைய மனைவி எப்படி. நான் இவளுக்கு எல்லாம் செய்துள்ளேன், செய்வேன். ஆனால் இவளை உள்ளே

அனுமதிக்கமாட்டேன். பிறப்பிலேயே பைத்தியமாக இருந்தால் கூட. நீண்டநேரம் அவன் ஒரு பக்கமாகத் திரும்பி இருந்தான். சிறிது நேரத்தில் அவனுக்குத் தோன்றியது, என்னவோ பாவம் செய்துவிட்டதாக. அதற்கான பொருள் அவனுக்குப் புலப்பட வில்லை. ஆனால் ஒரு நல்ல அழகான கூட்டை மட்டும் அவன் கலைத்து விட்டிருந்தான். மொத்தத்தில் யாரோ ஒருவர் தனக்குச் சொந்தமாகிவிட்டதாக அவன் எண்ணினான்.

அடுத்த நாள் காலையில் அவன் எழுந்து அவளிடம் சென்றான். இரவு அவளை அப்படியே திறந்த மேனியாக விட்டு விட்டு வந்திருந்தான். ஆனால் அவள் தன்னுடைய உடல் முழுவதும் சேலையைச் சுற்றிக் கட்டியிருந்தாள். விரல்நகங்கூடக் கண்ணுக்குத் தெரியவில்லை. விநாயகம் கணநேரம் நினைத்தான், இவளுக்குக் கோபம் வந்துவிட்டதோ என்னவோ என்று.

ஆனால் இது நாள்தோறும் நடந்தது. படுக்கையில் படுத்துக் கொள் என்று சொல்வதற்கு அவனுக்கு வெட்கமாக இருந்தது. கையில் அரிக்கேன் விளக்கை எடுத்துக்கொண்டு அவளிடம் வருவான். விளக்கு வெளிச்சத்தில் அவளைக் கணநேரம் பார்ப்பான். பின்னர் விளக்கை அணைத்துவிட்டு அவள் மேனியுடன் சமர் செய்யத் தொடங்கிவிடுவான்.

சிறிதுசிறிதாக அனைத்துப் பயங்களும் சோகமும் அவனுக்கு மறைந்துபோயிருந்தன. அவளைக் குளிப்பாட்டிவிட்டான். சாப்பிடுவதற்கு உணவு கொடுத்தான். அவளுக்கு எல்லாச் சேவைகளையும் செய்தான். இரவில் இன்பத்தை அனுபவித்துக் கொண்டிருந்தான்.

பதினைந்து இருபது நாட்கள் இப்படியாகக் கழிந்தன. அவன் புரிந்துகொண்டான், இப்பொழுது இந்தத் தொடர்பு கொஞ்சம்கூட வேண்டாம். அவள் உடல் சாதாரணமான ஒன்று தான் என்பதை. அவள் குறட்டை விட்டுக்கொண்டிருந்தாள். வெப்பக்காற்று வெளியே வந்தது. ஒரு நாள் அவள் இரண்டு கைகளையும் மாலை போடுவதுபோல அவன் மேல் போட்டாள். அந்தத் தொடர்பு இறுதிவரை அப்படியே இறுக்கமாகப் பற்றி யிருந்தது.

இப்பொழுது மகிழ்ச்சியாக இருந்த அவன் மிகவும் பீதியடைந்தவன்போல ஆனான். அவளும் தனக்கு வழி தேடி யிருக்கிறாள் என்று நினைத்தான். தான் ஒரு கன்னிப்பெண்ணின் உடலைச் சிதைத்திருக்கிறேன் என்பதை அவன் ஏற்றுக் கொண்டிருந்தான். அவளின் முந்தைய விஷயங்களைக்

கேட்பதை அவன் விட்டிருந்தான். எதிர்காலச் சிந்தனைகள் சில நேரங்களில் மனதில் வந்துகொண்டிருந்தன. அவை முன்னால் பிரதிபலித்துக்கொண்டிருந்தன. அவள் முழுவதுமாகக் குணமாகி விட்டாளென்று அவனுக்குத் தோன்றியது. உமாவைப்போல வீட்டில் வேலை செய்கிறாள், சமைக்கிறாள், எனக்கு உணவு பரிமாறுகிறாள், வீட்டைச் சாணம் போட்டு மெழுகி விடுகிறாள், உமாவைப்போல மாதவிடாயின்போது வெளியே உட்கார்ந்து கொள்கிறாள், சந்தனமும் மஞ்சளும் அரைத்துக் கொடு எனக் கேட்கிறாள். உமாவைப் போலவே ஆனால் உமாவைவிட அதிக உரிமையுடன்.

அவள் இப்பொழுது சற்றுத் தேறியிருந்தாள். ஆடைகளை நேர்த்தியாக அணிந்துகொள்கிறாள். சில நேரங்களில் அவளே கதவைத் சாத்திவிட்டுச் சாவடிக்குப் பின்னால் போய் வருகிறாள். சாப்பிட்ட பின்னர் வாயில் தண்ணீரை ஊற்றிக்கொண்டு நீண்ட நேரம் 'களாகளா' எனச் செய்து அங்கிருக்கும் பாத்திரத்தில் துப்பி விடுகிறாள். ஆனால் குளிக்கும்போது எவ்வளவு சொன்னாலும் உடலை மட்டும் தேய்த்துக் குளிக்கமாட்டாள். இந்த வேலை மட்டும் விநாயகத்திற்கு இடையிடையே செய்ய வேண்டியிருந்தது. இடையில் சில சமயங்களில் அவள் வெறுப்பாக முணுமுணுத்துக்கொண்டிருப்பாள். அந்த முணுமுணுப்புக் காதில் பேசுவது போலிருக்கும். பெரும்பாலும் கதவை அடைத்துப் பூட்டுப்போடும்போது அவள் இதுபோலப் பற்களைக் கடித்துக் கொண்டு முணுமுணுப்பாள். இப்போது இடைவிடாமல் முறைப்பது இல்லை. ஆனால் இடையில் பார்வை அங்குமிங்கும் அலைபாய்ந்துகொண்டிருக்கும்.

சில வேளைகளில் இரவில் யாரோ அடிக்க வருவதைப் போல இடையிடையே ஆவேசமாகிப் பாடத் தொடங்கி விடுவாள் …

பின்னர் விநாயகம் ஜால்ராவை எடுத்து அடிக்க ஆரம்பிப்பான். சத்தமாகப் பஜனை சொல்லிக்கொண்டிருப்பான். இது போல இந்தப் பைத்தியக்காரத்தனத்தின் தொல்லை வந்து போய் விட்டதால் இந்த இரண்டு மூன்று நாட்கள் மனிதர்களைப் போல வெளியே போய் வந்தாள். அமைதியாக இருந்தாள்.

விநாயகம் பலமுறை மனதிற்குள்ளாகவே சொல்லிக் கொண்டான், இவளை எங்கேயாவது அழைத்துச் சென்று மாந்திரீகன் முன் நிறுத்த வேண்டுமென்று. ஆனால் இவளை வெளியே கூட்டிக்கொண்டு போவது எப்படி, யாருக்காக?

ஒரு நாள் இரண்டு மூன்று ஆட்கள் சாவடியின் அருகிலிருந்த சாலையின் வழியில் நின்றுகொண்டிருந்தனர். அவர்களின் கைகளில் கயிறு, கடப்பாரை, தடி என இன்னும் என்னென்னவோ இருந்தன. அதில் ஒருவன் ஆலமரம்வரை வந்துவிட்டான். நடுங்கிய விநாயகம் அவர்கள்மேல் சந்தேகமுற்றான். அவன் வேகவேகமாகப் பின்புறமாகச் சென்று காய்ந்து கொண்டிருந்த அவளது சேலையை எடுத்து ஒளித்துவைத்தான்.

வந்திருந்த ஆட்கள் விசாரித்தனர், "பேடகேரி பண்ணையா ரோட யானை காட்டுக்குள்ள புகுந்து காணாமப் போயிருச்சு. மூணு நாள் ஆயிருச்சு. நாங்க தேடிட்டிருக்கிறோம். இந்த வழியில எங்கயாச்சும் யாரோட கண்ணுலயாவது பட்டுச்சாயா?"

"இல்லை இல்லை. யானை கீனை ஒண்ணும் யாரும் பாக்கலை. அங்க முன்னால இருக்கற மலைக்குக் கீழ ஸித்தியோட காலனியில போயிக் கேட்டுப்பாருங்க நீங்க. நேத்து அவங்க காட்டுக்குள்ள விரட்டிவிட்டதாக் கேள்விப்பட்டேன்."

அவர்கள் சென்றனர். விநாயகத்தின் உயிர் நின்று திரும்பி வந்தது. ஆனால் யாராவது எப்போதாவது விவரம் கேட்டால் ஏமாற்றிக்கொண்டிருப்பது அவனுக்கு இயல்பாகி விட்டிருந்தது. ஏமாற்றுவதென்றால் ஒளிவுமறைவின்றி என்ன செய்கிறேன் என்று சொல்வதற்கு அவனுக்கு அவமானமாக இருந்தது. யாராவது போலீஸ்காரர்களை அழைத்துவந்து அவளை அழைத்துப் போய்விடுவார்களென்று சில நேரங்களில் அவன் நினைப்பான். வழியில் விடப்பட்ட பூனையை வீட்டிற்கு எடுத்து வந்து வைத்துக்கொண்டதைப்போல யாரோ, ஏதோ முன்பின் தெரியாதவளை வீட்டிற்கு அழைத்துவந்து வைத்திருக்கிறான் என்று மக்கள் வந்து செல்லும்போது பரிதாபப்பட்டுச் சொல்வார்கள் எனச் சில வேளைகளில் நினைப்பான்.

ஒரு நாள் அவன் காட்டிற்குச் சென்றுகொண்டிருந்த பொழுது திடீரென ஒருவன் விசாரித்தான், "முந்தா நேத்துச் சாவடியில யாரோ பொம்பளை தெரிஞ்சுது."

சற்றே பதற்றமடைந்தவனாகத் தயங்கிய விநாயகம் பிறகு கூறினான், "பொம்பளையா, யாரு? முதல்ல இங்க இருந்தான்ல அந்தக் கோபி கார்டு, அவனோட பொண்டாட்டி முந்தா நேத்து வந்திருந்தாள். இங்கிருந்த அவளோட சாமான்களை எடுத்திட்டுப் போக."

இன்னொரு முறை இந்தக் கேள்வியை ஒருவன் கேட்ட பொழுது அவன் சோகமாக முகத்தை வைத்துக்கொண்டு

சொன்னான், "உமாவோட அத்தை அது. பல நேரங்களில வருவாங்க. வந்திட்டு அப்படியே போயிருவாங்க" என்று.

மெதுமெதுவாக எல்லாப் பொய்களும் வெளியே வந்து விடும். இந்த அவலத்தை அதிக நாட்கள் மறைத்து வைக்க முடியா தென்று விநாயகத்திற்குத் தற்போது தெரியத் தொடங்கியது.

ஒரு நாள் அவள் முன்னால் தட்டினை வைப்பதற்கு விநாயகம் சென்றபோது எதிர்குலைத்து வருவதுபோல அவளுக்கு வாயில் தொடர்ந்து உமிழ்நீர் வந்தது. இப்பொழுது எந்த நேரத்திலும் அவளுக்கு வாந்தி வரலாம் என நினைத்தான். இந்த நாட்களில் அவள் சாப்பாட்டில் கைகூட வைப்பது இல்லை. அசதியாக இருப்பதுபோலப் படுத்திருந்தாள்.

விநாயகம் செய்த பாவத்தின் தடயம். மகிழ்ச்சியான கௌரவமா இல்லை துக்கமான செய்தியா ஒன்றும் விளங்காதது போலிருந்தது.

அடுத்த பதினைந்து நாட்கள் அவள் சாப்பாட்டைத் தொட வில்லை. சாப்பிட்டாலும் வயிற்றில் தங்கவில்லை. உட்கார்ந்தால் கூட மயக்கமாக இருப்பது போலிருந்தாள். பின்னர் தலையைத் தொங்கப் போட்டுக்கொண்டேயிருந்தாள்.

இது போன்று உமாவிற்கு ஏற்பட்டிருந்ததால் விநாயகம் ஓரளவு அறிந்து வைத்திருந்தான். இது ஒன்றும் புதிது இல்லை. அவன் 'பட்' என்பவரது தோப்பிற்குச் சென்று ரசத்தாளி வாழையின் குலை ஒன்றையும் சிறிது ஏலக்காயும் வாங்கி வந்தான். ஒருவேளை பழமோ இல்லையென்றால் வேறு என்னவாவது சாப்பிடலாம் என்பதால் அவன் வேகவேகமாக அவளின் வாயில் ஏலக்காயைத் திணித்தான்.

அவள் முழுமையாக மூன்று மாதம் நன்றாக ஓய்வெடுத்து வந்தாள். அவளைப் பார்த்தால் பைத்தியமென்று யாரும் சொல்ல மாட்டார்கள். உடல், கண்கள் என அனைத்தும் தங்கநிறத்தில் மின்னின. ஆனால் பைத்தியம் வைத்திருந்த மூட்டை முடிச்சுகள் எதையும் விடவில்லை. ஓரளவு உடல் ஆரோக்கியத்திற்காக அது என்னமோ செய்துகொண்டிருந்தது. இயல்பாக ஓய்வு எடுத்தபடி மௌனியாகப் படுத்திருந்தாள். ஆனால் இந்த மூன்று மாதத்தில் அவள் பைத்தியக் குணத்துடன் நடந்துகொள்ளவில்லை. பாட்டுப் பாடுவதும் இல்லை. அதைப்போல அவளது சிரிப்பதும் அழுவதுமான விளையாட்டும் நின்று போயிருந்தது. ஆனால் பேசவும் மாட்டாள். எப்போதாவது 'ஹய், ஹய்' எனச் சொல்லிக் கொண்டு மணிக்கணக்கில் தலையை ஆட்டிக்கொண்டிருப்பாள்.

இப்போது அவளைப் பாதுகாத்து வைத்திருப்பதென்பது மடியில் நெருப்பைக் கட்டிக்கொண்டு உட்கார்ந்திருப்பது போல அவனுக்குத் தோன்றியது. இதை யாரிடமாவது சொல்ல வேண்டும், யாராவது ஒருவர் உதவிக்கு ஓடி வரமாட்டார்களா என்று அவன் எண்ணினான்.

ஒரு நாள் அவன் காலையில் எழுந்து பள்ளிக்கூடத்திற்கு அருகில் தங்கியிருந்த குலாபியைப் பார்க்கச் சென்றான். குலாபி நல்ல தைரியமான திறமையான பெண்ணாக இருந்தாள். அந்தக் கிராமத்தில் நடக்கும் திருமண நிகழ்ச்சிகளில் சுறுசுறுப்பாக வேலை செய்வாள், வீடுகளில் இறப்புச் சடங்குகளைச் செய்வாள், நாட்டு மருந்துகள் கொடுப்பாள், பிரசவமும் பார்ப்பாள். சொல்வதற்கென இவளின் வாழ்க்கையில் ஒரு கதை இருந்தது. இவளின் கணவன் வனத்துறை அலுவலகத்தில் முதுநிலை எழுத்தர் பணியில் இருந்தான். ஆனால் ஒரு நாள் இவள் வனஒப்பந்ததாரர் ஒருவருடன் ஹுப்ளிக்கு[16] ஓடிப் போனாள். அவன் சரியில்லை எனத் திரும்பவும் ஒருநாள் யல்லாபூர் வந்தாள். அங்கே ரயில் கட்டைகளை எடுத்துச் செல்லும் வேலை செய்துகொண்டிருந்த ஒரு வேலையாள் இவளைச் சந்தித்தான். அவனுடன் காட்டுமிராண்டித்தனம் நிறைந்த இந்த ஊருக்கு வந்துசேர்ந்தாள். ஆனால் இவள் மிகவும் கெட்டிக்காரி. சாலை ஓரத்தில் பள்ளிக்கூடத்திற்குப் பக்கத்தில் வீடு கட்டிக்கொண்டாள். வனஅதிகாரி, காவல்துறையினர் என அனைத்து அதிகாரிகளும் இவளுக்கு அறிமுகம். அவர்கள் இந்த வழியில் வந்தால் இவள் வீட்டில்தான் விருந்து. இங்கே ஒரு பண்ணை வீடு போலிருந்தது இவளின் வீடு. கணவன் பெயருக்காகத்தான் இருந்தான்.

இருந்தும் சில நேரங்களில் தான் வறியவள் என்பதுபோலக் கந்தல் துணியணிந்து அசிங்கமாக இருப்பாள். இன்று அரிசி வாங்குவதற்குப் பணம் இல்லை, ஐந்து ரூபாய் கடனாகக் கொடு என்று பிச்சை எடுப்பாள். ஒரு காலத்தில் நல்ல அழகாக இருந்தாள். ஆனால் இப்பொழுது முடி நரைத்து, சதைப் பிடிப்பில்லாது உடல் தளர்ந்துவிட்டது. ஆனால் முதலில் இருந்த அழகான தாமிரநிறம் அப்படியே இருந்தது. அவள் அணிந்துகொள்வதும் சுத்தமான ஆடைகள்.

இதற்கு முன்பு விநாயகம் இருந்த நேரத்தில் இரண்டு முறை அவள் சாவடிக்கு வந்திருக்கிறாள். ஒரு முறை அவன் மனைவி – புது மணப்பெண்ணைப் பார்ப்பதற்கு. இன்னொரு முறை உமா இறந்த நாளன்று. உமாவின் உயிர் மேலேயும்

---

16. தார்வார் மாவட்டத்தில் அமைந்துள்ள முக்கியமான நகரம், ஹுப்ளி.

கீழேயும் இழுத்துக்கொண்டிருக்கிறது என்று அவளை அழைத்து வந்தார்கள். விநாயகம் அந்தப்பக்கமாகச் சென்றால் குலாபியின் திண்ணையில் உட்காராமல் வரமாட்டான். திண்ணையில் எப்போதும் வெற்றிலைப் பெட்டி வைக்கப்பட்டிருக்கும். அதில் நாட்டு வெற்றிலை, சிவப்புப் பாக்குகள், சுண்ணாம்பு இருக்கும். விநாயகம் அங்கு வரும் நேரங்களில் கேட்காமலேயே தனக்கு வேண்டுமளவிற்கு வெற்றிலையை எடுத்துக்கொள்வதும் வாயில் போட்டுக்கொள்வதும் உண்டு. யல்லாபூரிலிருந்து வருகிறவர்கள் யாராவது குலாபிக்கு ஐந்து, பத்துச் சிவப்புப் பாக்குகளை வாங்கி வந்து தருவார்கள்.

அவன் குலாபி வீட்டுக்குச் சென்று திண்ணையிலிருந்த பெஞ்சில் உட்கார்ந்தான். வீட்டை விடத் திண்ணை பெரிதாக இருந்தது. தடிமனான மரத்தில் செய்யப்பட்ட அகலமான இரண்டு பெஞ்சுகள் அங்கு இருந்தன. மதிய வேளையில் படுத்து உறங்குவதற்கு அவை போடப்பட்டிருந்தன.

சிறிது நேரத்தில் அவள் வெளியே வந்தாள். அவளுடைய கையில் நான்கு பெரிய பீர்க்கங்காய், பலாச்சுளைகள், சில வெற்றிலைகள் இருந்தன. அவற்றை வாயில் மென்றுகொண்டே அவள் கேட்டாள், “எப்ப வந்த விநாயகம், எங்க நீ இந்த நேரத்துல. காட்டைக் கட்டிட்டே உக்காந்திட்டியா?”

“எங்க போன நீ.”

“கேஷவ் பட்டோட பண்ணையில வாய்க்கால் தண்ணி பாக்கு மரத்துக்குப் போயிட்டிருக்குது. அரைமணி நேரம் பாக்கு உடைச்சிட்டிருந்தேன். இடுப்பளவுக்கு முள் முளைச்சிருக்குது. வரும்போது கொஞ்சம் காய்கறிக எடுத்துக் கொடுத்தாரு. நீ எதுக்காக வந்த?”

விநாயகம் தயங்கியவாறே பேசாமல் இருந்தான். அவள் காய்கறிகளைக் கீழே வைத்துவிட்டு அங்கே அவன் முன்னால் அமர்ந்தாள்.

“சும்மாதான் வந்தயா?”

“இல்லை. வேலை இருக்குது.”

“என்ன ஆச்சு, சொல்லு. நாக்கு, தொண்டைக்குள்ள சிக்கிட்ட மாதிரி என்ன பண்ற? ரெண்டாவது கல்யாணம் நடக்கப் போகுதா? பொண்ணு பாக்கச் சொல்றீயா? இருக்குது இங்க ஸித்தியோட பொண்ணு. பாக்கறதுக்குக் கறுப்பு. ஆனால் படு சுட்டி. நாட்டுக் கட்டை மாதிரி.”

“இல்லை குலாபி அக்கா, நான் தேவையில்லாத சிக்கல்ல மாட்டிட்டு இருக்கறேன்.”

“பாக்கறதுக்குக் குழம்பிப் போயி, மனசில தெம்பில்லாத மாதிரி தெரியுது. நல்லாத்தானே இருக்கற?” அவள் உதவி செய்யலாமென்று சற்று முன்னால் நகர்ந்து உட்கார்ந்தாள்.

விநாயகம் அவளைப்பற்றிய எல்லா விஷயங்களையும் எதையும் மறைக்காமல் ஒன்றுவிடாமல் தொடக்கத்திலிருந்து சொன்னான்.

“கேள்விப்பட்டேன் நான். திடீர்னு ஒரு பைத்தியத்தைக் கூட்டிட்டு வந்து சாவடியில வச்சிருக்கறீன்னு.”

“மொதல்ல ரெண்டறை மாசம் திண்ணையில படுத்திருந்தாள். அப்பறம் நானே வீட்டுக்குள்ள கூட்டிட்டுப் போனேன். இப்ப அவள் உடல் குண்டாகி வேறு மாதிரி தெரிய ஆரம்பிச்சிட்டாள். என்ன பண்றதுன்னு புரியலை.”

தனக்கான மரியாதையைத் தேடி மீட்டெடுத்ததைப்போலக் குலாபி மகிழ்ச்சியுடன் சொன்னாள், “ஒரு நாள் கூட்டிட்டுப் போயி யல்லாபூர் பஸ் ஸ்டாண்டுல விட்டிட்டு வந்துரு. போயிரும், எங்கயாவது போயிரும்.”

“இல்லை, நான் நாளைக்குக் கடவுளுக்குப் பதில் சொல்லணும். என்னோட வாழ்க்கையும் இப்படியே ஆயிரும். ஆனா நாளைக்கு ஏதும் தப்பு வராம இருந்தாப் போதும், நான் தொந்தரவு செஞ்சிட்டேன்னு.”

“நீயா கூட்டிட்டு வந்த? அவள்தானே தன்னப்போல வந்தாள்? அவள் கர்ப்பம் ஆகறதுக்கு முன்னாடியே பைத்தியம் ஆயிட்டாளா இல்லை பின்னால பைத்தியம் ஆனாளான்னு யாராவது எழுதி வச்சிருக்காங்களா? நீ சாப்படறதுக்குச் சாப்பாடு போட்ட, போட்டுக்கறக்குத் துணிமணி கொடுத்த, அவள் உங்கூட இருந்திட்டாள். இப்ப அஞ்சு, ஆறு மாசத்துல எங்காச்சும் அவளோட சொந்தக்காரங்க கிடைச்சாங்களா? நீ ஒண்ணும் எதுக்கும் பயப்பட வேண்டாம். புண்ணிய காரியம் செஞ்சிருக்கற நீ. எங்காவது ரோட்டுல விழுந்து செத்துப் போயிருப்பாள். நீ அவளைக் காப்பாத்திட்டு வர்ற. ஒண்ணு உனக்குச் சொல்றேன், இது மாதிரி ஆளுகள யாரும் சேத்துக்க மாட்டாங்க. வீட்டவிட்டுப் போயிட்டா நல்லதுன்னு சொல்லுவாங்க. இல்லையின்னா ஊர்ல, ரோட்டுல இவ்வளவு பைத்தியகார ஆளுகளப் பாக்க முடியாது.”

கேட்பதற்கு விநாயகத்திற்கு மகிழ்ச்சியாயிருந்தது. "ஆனா இப்ப இதச் சரி பண்ண வேண்டியதில்லையா?"

"இப்ப ஒம்பது மாசம் எப்படிப் பாதுகாப்பா வச்சுக்குவ. எனக்கு எப்ப வேணுன்னாலும் சொல்லியனுப்பு, நான் ஓடி வர்றேன். ரொம்பத் தூரம் இல்லை. இடையில் இந்த வயல் மட்டும்தான். அந்தப்பக்கம் மேல ஏறி நின்னு சத்தம் போட்டா எனக்குக் காதுல விழும் இங்க. அப்பறம் அவளை ரூம்ல கட்டி வச்சிட்டிருக்க வேண்டாம். சாவடியில சுத்தியிட்டு இருக்கட்டும்" என்றாள் குலாபி.

"ஊர்க்காரங்க பாத்தா என்ன பேசுவாங்க? இப்ப மூன்றரை மாசம் ஆச்சு, அவளை யாரு கண்ணுக்கும் படாம வச்சிருக்கறேன் நான்."

"மூன்றரை மாசமா? முன்னாடி முடி சிக்குவிழுந்து ஒல்லியா, அழுக்கா இருந்த பைத்தியம். இப்ப அவள் கர்ப்பமா இருக்கற பொம்பளை. யாருக்கும் தெரிய வேண்டாம். என்னோட பொண்டாட்டின்னு சொல்லு. அதிகமாப் பேசமாட்டாள். தலையில கொஞ்சம் கோளாரு, தூரத்து மாமாவோட பொண்ணுன்னு சொல்லு."

"ஆனா எப்ப கல்யாணம் ஆச்சுன்னு சொல்றது?"

"சொல்லு, நாலு மாசத்துக்கு முன்னால கல்யாணம் ஆச்சுன்னு. இந்த வயசுல அப்பா ஆகறது பெரிய சந்தோஷம் இல்லையிங்கறதால இந்தக் கல்யாணம் நடந்ததைப் பத்தி யாருகிட்டயும் ஒண்ணும் சொல்லலைன்னு சொல்லு. எதிர்பாராம நடந்த உன்னோட ரெண்டாவது கல்யாணம் இது. என்ன மாதிரியான கௌரவம் இது? நானும் இங்க வந்து போறவங்ககிட்ட சொல்றேன், சாவடியில இருக்கற விநாயகம் கார்டு கல்யாணம் செஞ்சிட்டு ரெண்டாவது பொண்டாட்டியக் கூட்டிட்டு வந்திருக்கான்னு. வழியில அவளோட அப்பா எனக்குச் சொன்னாருன்னு சொல்றேன்."

குலாபியின் காலைப் பிடித்து அவளுக்கு நன்றி சொல்ல வேண்டும் என விநாயகத்திற்குத் தோன்றியது. சிறிது நேரத்தில் அவன் கனமற்று இலகுவானதைப் போல உட்கார்ந்திருந்தான். பின்பு அவன் கூறினான்,

"அவளோட பைத்தியத்தப் போக்கறதுக்கு எங்கயாவது சாமியார்கிட்ட காட்டலாம்னு இருந்தேன்."

“எனக்குத் தெரிஞ்ச சாமியாரு இருக்கறாரு. ஆனா இப்ப மாசமா இருக்கறப்ப வேண்டாம். உடம்பக் கொடுமைப் படுத்திருவான் அவன். கண்ணுக்கு முன்னாடி அம்மணமா ஆடிக்காட்டுவான். அப்பறம் பிரம்புத் தடியால அடிப்பான். ஒரு பக்கத்துல ஒடஞ்ச மண்பானையில மொளகாயப் போட்டு அதை உள்ள இழுத்துட்டு இருப்பான்.”

“பிரம்புத் தடியில எதுக்காக அடிக்கறான்? அது வேண்டாம்.”

“உடம்புக்குக் கஷ்டம், அவளோட மனசுக்குத் துன்பம். வலிக்கற மாதிரி அடிச்சுப் பேய்களை வெளிய விரட்டறாங்க. வளைஞ்சு கெடக்கற இரும்பைச் சம்மடியால அடிச்சு நேரா நிமித்தற மாதிரி இது.”

“அக்கா, எனக்கு இது சரியாப் படலை. ஆளுகளத் தடியில அடிச்சுச் சரி பண்றதுன்னா ...”

“சரியில்லை தான் அது. ஆனா இந்த ஊர்ல இருக்கற பட்டிக்காட்டு ஜனங்களுக்கு நகரத்தில இருக்கற நல்ல டாக்டரப் பாத்துச் சரி பண்றதுக்கு எங்க போயிட்டு வரப்போறாங்க? கடவுளால ஏதோ நடந்திட்டு இருக்குது. இந்தக் காட்டுல ஒவ்வொரு ஊரும் ஒவ்வொரு இருட்டுக் குகை.”

அவன் புறப்படும்போது சட்டைப் பையிலிருந்து பத்து ரூபாய்த் தாளை எடுத்து, “இந்தாக்கா உனக்கு வெத்தலை பாக்கு வாங்கறதுக்கு” என்று சொல்லி அதை அவளுக்குக் கொடுத்தான்.

அதை வாங்கிக்கொண்ட அவள் தனது வெற்றிலைப் பெட்டிக்குள் போட்டு வைத்தாள்.

திரும்பி வந்தபொழுது வழியில் சிதாமண் பண்ணையாரைச் சந்தித்தான். வேலையை முடித்துவிட்டுச் செல்லும் நேரங்களில் சிதாமண் வீட்டுத் திண்ணையில் உட்கார்ந்துவிட்டுப் போவான் விநாயகம். “எங்க போன கார்டுமாமா” என்று சிதாமண் விசாரித்த வுடன் அவன் மெலிதான குரலில் சொன்னான்.

“அவளக் கூட்டிட்டு வந்திட்டேன் நேத்து. பெரியம்மை போட்டிருந்துச்சு. மூணு மாசம் ஆச்சு. உடம்பு சரியில்லையின்னு குலாபி அக்காகிட்ட போனேன்.”

“யாரக் கூட்டிட்டு வந்திட்ட?”

“கல்யாணமாகி நாலு மாசம் ஆச்சு. யாருக்கும் சொல்லலை. தூரத்து மாமாவோட பொண்ணு. மாமா கட்டாயப்படுத்தினாரு.

அமைதியான பொண்ணுன்னு சொல்லிக் கட்டி வச்சிட்டாங்க." இந்தளவு கூறிவிட்டு அமைதியாக நடக்கத் தொடங்கினான்.

அவன் வீட்டிற்கு வந்தான். கல்யாணக் கதையை வைத்துக் கொண்டு மாட்டைத் தொழுவத்திலிருந்து கழற்றிவிடுவதைப்போல அவன் அறைக் கதவைத் திறந்து அவளை வெளியே அழைத்து வந்தான். தன்னுடன் தங்குவதற்கு அழைத்து வந்த விநாயகம் முதல் அறையில் படுக்கையைப் போட்டு அங்கே படுக்க வைத்தான். அவனுக்குப் பயமாக இருந்தது, அவள் தனது கந்தல் துணிமூட்டையைக் கொடு எனக் கேட்டு விடுவாளென்று. ஆனால் அவள் கேட்கவில்லை. அமைதியாகப் படுக்கையில் உறங்கினாள்.

இப்போது அவள் சாவடியில் எப்படிச் சுற்றிக்கொண் டிருந்தாலும் அவன் எதுவும் சொல்வதில்லை. ஆனால் சாவடிக்குப் பக்கத்தில் ஊர்க்காரர்கள் யாரையும் நெருங்க விடவில்லை. காரணமில்லாமல் தகாத வார்த்தைகளைப் பேசிக்கொண்டிருந்தான். சும்மாவே சாவடியில் இதைத் திருடி விட்டார்கள், அதைத் திருடிவிட்டார்கள் என்று சொல்லி வந்தான். பிறகு ஒரு நாள், 'பண்ணையில தெளிக்கறதுக்காக இலாக்காவிலிருந்து எடுத்துவந்து வச்சிருந்த உரமூட்டையை யாரோ சாவடியிலிருந்து எடுத்திட்டுப் போயிட்டாங்க. போலீஸ்ல புகார் செஞ்சிருக்கறேன். அவங்க சீக்கிரமா விசாரிக்க வருவாங்க' என்று கூறினான்.

சாவடிக்குப் பக்கத்தில் இப்போது யாருமே வராதிருந்தார்கள்.

கார்காலம் தொடங்கியபோது அவளுக்கு ஆறாவது மாதம் தொடங்கியிருந்தது; அவன் தோப்பிற்கு வேலைக்குச் செல்ல வேண்டியதாயிருந்தது. காலையில் அவளுக்குத் தேவையான எல்லாவற்றையும் செய்துவிட்டுக் காய்கறியும் ரொட்டியும் கொடுத்துவிட்டு அவன் செல்வான். செல்லும்போது கதவைப் பூட்டிச் செல்வதை மட்டும் அவன் மறந்துவிடவில்லை. தோப்பில் வேலையாட்கள் இல்லையென்றால் மதியம் வேகமாகத் திரும்பி வந்துவிடுவான். முன்பிருந்த வனஅதிகாரி மாறியிருந்தார். புதிதாக வந்திருந்த அதிகாரி இந்தப்பக்கம் பெரும்பாலும் வருவதில்லை. தோப்பில் இந்த வருடம் வேலையும் அதிகம் இல்லாதிருந்தது. செடிகள் நன்றாக வளர்ந்திருந்தன. அதனால் வரும் ஆண்டோடு இந்தத் தோப்பில் வேலை முடிந்துவிடும். இந்த ஆண்டில் விநாயகமும் மாற்றலாகிச் செல்வதாக இருந்தான். கடந்த ஐந்து வருடங்களாக அவன் தோப்பில் காவலாளியாக இருந்து வருகிறான்.

கார்கால மழை கொஞ்சம் நன்றாகப் பெய்து முடிந்திருந்ததால் அவளைப் பராமரிப்பதற்கு அவனுக்கு நேரம் கிடைத்தது. அவள் இப்போது சரியாகப் பேசுவதில்லை என்று சொல்லிவிட முடியாது. கற்பனையில் தீவிரமாகப் பேசினாள். ஆனால் இயல்பில் அவளுக்கு எந்தவிதமான வலியும் இல்லை. இடையில் சில நேரங்களில் 'கூ... கூ' எனச் சிரித்துக்கொண்டிருந்தாள். அந்தச் சிரிப்பு நீண்டநேரம் அவள் முகத்தில் இருந்தது. பின்னர் சோர்ந்து போய்க் கால்களை நீட்டிவைத்து உட்கார்ந்து கொள்வாள். தன் வயிற்றின்மேல் கைகளைச் சுற்றி வைத்தவாறு இடையே 'அ...ய்' என ஏப்பம்விட்டுக் கொண்டிருந்தாள். சில வேளைகளில் இயல்பாக எழுந்திருப்பதும் உட்காருவதுமாக இருந்தாள். அந்நேரத்தில் விநாயகம் அவளருகில் சென்று அமைதி யாக அமர்ந்துகொள்வான். அவளைத் தூங்க வைப்பதற்காக அருகிலமர்ந்து தட்டிக் கொடுத்தபடி இருப்பான். அப்பொழுது அவள், 'என்னையக் கட்டிப்பிடிச்சுக்கோ' என்று சொல்வதுபோல அவன்மேல் சாய்ந்து கொள்வாள். சில வேளைகளில் அப்படியே அவன் மடியில் படுத்துக்கொள்வாள், ஆதரவு தேடிக்கொண் டிருந்தவள்போல.

ஒன்பதாவது மாதம் ஆனவுடன் ஒரு நாள் குலாபி வந்தாள். இயல்பாக அவள் வயிற்றைத் தொட்டுப்பார்த்து எண்ணெய்யைக் கையில் ஊற்றி வயிற்றில் தேய்த்துவிட்டாள். குலாபி அவளை எத்தனையோ முறை பேச வைப்பதற்கு முயற்சி செய்தாள். ஆனால் அவள் வாய் திறக்கவில்லை. வெகுளித்தனமாகக் குலாபியைப் பார்த்தாள்.

அவளருகில் விநாயகத்தை அழைத்த குலாபி, "இவன் உன்னோட புருஷன். உன்னோட புருஷன் . . . புருஷன்" என நான்கு ஐந்து முறை சத்தமாகச் சொன்னாள்.

திடீரென அவளுடைய கண்கள் அசையத் தொடங்கின. கண்களில் கவலை தோய்ந்திருந்தது. வேறு ஒன்றும் இல்லை. அழுகை இல்லை, பேச்சு இல்லை. கண்களிலிருந்து நீர்த்தாரைகள்.

விநாயகம் நடுங்கினான். குலாபி விநாயகத்திடம் சொன்னாள், "போ, துண்டு எடுத்துவந்து அவளோட கண்ணீரத் தொடச்சுவிடு" என்று. விநாயகம் அவள் கண்ணீரை மீண்டும் மீண்டும் துடைத்து விட்டான். சிறிது நேரத்தில் வடிந்த கண்ணீர் நின்று போயிற்று.

குலாபி செல்லும்போது விநாயகத்திடம் கூறினாள், "வந்திட்டாள் அவள். மனுஷியா மாறிட்டாள். அப்பறம் உனக்கு ஒண்ணு சொல்றேன். நான் அவளோட வயித்த

நல்லாப் பாத்துட்டேன். முதல்முறையா மாசமாயிருக்காள். முதல் தடவையிங்கறதால நல்லாப் பாத்துக்கணும்.”

“உன்னோட நம்பிக்கைதான் இப்ப குலாபி அக்கா.”

“பகல்ல ஏதாச்சு ஆனா பண்ணையார் வீட்டுக்குப் போயி எங்கிட்ட சொல்ல யாரையாவது விரட்டிவிடு. ராத்திரியில ஆனா அந்த மரத்துல ஏறி எனக்குச் சத்தமாக் குரல் கொடு. கேட்டுச்சுன்னா நான் ‘ஓ’ ன்னு சொல்லுவேன். அப்பறமா வெளக்க எடுத்திட்டு ஓடி வந்தர்றேன். எனக்குச் சிவப்புக்கரை போட்ட சேலை வாங்கறதுக்கு மட்டும் மறந்திராதே.”

“இல்லை, மறக்க மாட்டேன் நான். எத்தனை ரூபா ஆகப் போகுது. ஹுபளி போயிச் சேலை வாங்கித் தர்றேன் உனக்கு.”

“ஹுபளி சேலை வேண்டாய்யா. ஹுபளி சேலைதான் கட்டியிருக்கறேன் இப்ப நான்” என்று சொல்லிவிட்டு அவள் போய்விட்டாள்.

விநாயகம் அவளை ஆர்வமாகக் கவனிக்கத் தொடங்கினான். முதல்முறையாகக் கருத்தரிப்பது எங்கே! அவனது உடலின் மேல் மயில் இறகுகள் வருடுவது போல் உணர்ந்தான். மெதுவாக அவள் வயிற்றின் மேலிருந்த சேலையை ஓரமாக விலக்கினான். குவிமாடம் போன்ற வட்டமான உருண்டையான வயிறு. அந்த வெள்ளையான எழும்பிய வயிற்றைப் பார்த்தவுடன் தயங்கினான். அவன் மெல்ல அதன் மேல் கைவைத்துத் தடவினான்.

ஒரு நாள் மாலையில் அவள் ‘ஹு ஹு’ என முணங்கிய படியே சத்தமிடத் தொடங்கினாள். இடுப்பிற்கு அருகில் உள்ள சதைப்பகுதியை அமுக்கிக்கொண்டிருந்தாள். இவளுக்கு மீண்டும் அந்தப் பித்தவாந்தி வருகிறதோ என்னவோ! என்று விநாயகத்திற்குப் பயமாக இருந்தது. ஆனால் அவள் இடையில் பற்களைக் கடித்துக்கொண்டிருந்தாள். உள்ளே துக்கம் அதிகம் இருப்பதுபோல இருந்தது அவளின் முகம். இவள் வயிற்றில் என்னவோ நடக்கிறது என்று விநாயகம் புரிந்துகொண்டான்.

முழுவதுமாய் இருட்டு ஆகவில்லை. வெளியே இன்னும் வெளிச்சமிருந்தது. ஆனால் அவன் ஓடிச்சென்று அந்த மரக்கிளை மீது நின்று சத்தமிட்டான்,

“குலாபி அக்கா, குலாபி அக்கா ஹோ ...”

நான்கு ஐந்து முறை கூப்பிட்டதற்குப் பின் பதில் வந்தது.

"வர்றேன், வர்றேன், வர்றேம்பா..."

சிறிது நேரத்தில் குலாபி வந்தாள். அவளுடன் பண்ணையில் வேலை செய்துகொண்டிருந்த இரண்டு பெண்களும் வந்தார்கள். உள்ளே செல்லும்போது ஒருத்தி கேட்டாள், "எப்ப கல்யாணமாச்சு, எப்ப கர்ப்பம், இப்ப பிரசவம், ஒண்ணுமே புரியலை."

குலாபி அவளைச் சத்தம் போட்டாள், "வாயை மூடிட்டு இரு தேவடியா. கல்யாணமாகி அஞ்சு வருஷம் ஆச்சுல்ல உனக்கு? அஞ்சு வருஷத்துல நாலு பிள்ளைகள். எதுவுமே பண்ணாம தூங்கிட்டா இருந்த. அப்பறம் எப்படிக் குழந்தைகள்?" அந்தப் பெண்மணி பதில் சொல்லவில்லை.

குலாபி உள்ளே சென்றாள். அவள் தேவையான அனைத்தையும் தன்னுடன் எடுத்து வந்திருந்தாள். சில பொருட்களை விநாயகத்திடம் கேட்டு வாங்கிவர அப்பெண்களை வெளியே அனுப்பிவிட்டாள்.

உள்ளே ஒரே கூச்சலும் அமளியுமாக இருந்தது. விநாயகம் வெளியே ஒற்றைக் காலில் நின்றிருந்தான். அவனுக்கு அனைத்தும் நாடகமாகத் தெரிந்தது. யார், எங்கிருந்த பெண், திருமணம் ஆகாத கன்னிப்பெண். அவள் பிள்ளைப்பேறு இங்கே என்னுடைய இடத்தில்! நான் அப்போதே விரட்டிவிட வேண்டும் என்றிருந்தேன். விரட்டிவிட முடியலையா? ஆனால் உறுதியாக நிலையாக இருந்துவிட்டாள்... 'கடவுளே, இப்ப நல்லபடியாக் காப்பாத்து அவளை. என்னையச் சபிச்சிராத. இந்த வருஷம் குல தெய்வக் கோயிலுக்கு வந்து உனக்குச் சேவல் அறுக்கறேன்.'

முதலில் அவள் சாதாரணமாகக் கத்திக்கொண்டிருந்தாள். இரவு ஆனதும் அவளின் பிரசவ வேதனை அதிகரிக்கத் தொடங்கியது. இடையில் திடீரெனத் தொண்டை உடைந்து வானத்திற்குக் கேட்பதுபோல அவள் வீறிட்டுக் கதறினாள், 'அம்மா... அம்மா, அம்மா!'

பிறகு குழந்தை வெளிவருவதற்கான பிரசவ வலியில் அவள் துடித்தாள். பிரசவ வலி அந்தளவிற்குக் கடுமையாக இருந்தது. பாறை உடைந்து விடுவதைப்போல அவள் 'கர், கர்' எனப் பற்களைக் கடித்துக்கொண்டிருந்தாள். வீறிட்டுக் கத்தினாள். காடு முழுவதும் அதிர்ந்தது. காட்டின் எதிர்ப்பக்கத்திலிருக்கும் பண்ணையிலுள்ள வயதான ஆட்களின் காதில்கூட விழுந்திருக்க வேண்டும்.

"குலாபி அக்கா, வலி அதிகமா இருக்குதா?"

“ஆமா. தொணதொணன்னு கேட்டிட்டு இருக்காத.”

“குழந்தை இன்னும் வர்ற வழியிலதான் இருக்குதா?”

“இருக்கற மாதிரிதான் தெரியுது.”

“அப்பறம் இந்த அளவுக்கு வலி எப்படி இன்னும்?”

குலாபி தோல்வி அடைந்துவிட்டவளைப்போலச் சொன்னாள், “இப்ப இவளைக் கடவுள்தான் காப்பாத்தணும்.”

விநாயகம் ஒருமுறை கதவு வழியாக முகத்தை நுழைத்துப் பார்த்தான், அவள் மிகவும் அவஸ்தைப்பட்டுக் கொண்டிருந்தாள். இடையே தொடைப் பகுதி சுத்தமாக இருந்தது. அவள் உடல் முழுவதும் வியர்வையில் ஈரமாகி நனைத்திருந்தது. வயிற்றின் வட்டவடிவம் சுருங்கி வயிறு கீழே போயிருந்தது. அந்த இரண்டு பெண்களும் குலாபியின் அருகில் கதவிற்கு வெளியே அப்படியே உட்கார்ந்திருந்தார்கள். அரிக்கேன் விளக்கு ஒளியில் அவளின் முகத்தில் பெரிதும் தோய்ந்திருந்த கவலையைக் காண முடிந்தது.

“விநாயகம், நீ அமைதியா வெளியில போயி உக்காரு” என்று இடையே குலாபி மிரட்டினாள். அவன் வேகவேகமாக வெளியே வந்து உட்கார்ந்தான். பீடி குடிப்பதற்குக்கூட நினைவு வரவில்லை அவனுக்கு. சும்மா உடலைச் சொறிந்துகொண்டிருந்தான்.

முடிவடையாத வலியின் தருணம் இரவு முழுவதும் நீண்டு கொண்டிருந்தது. ஒவ்வொரு பிரசவ வலி என்பதும் கூர்மையான பெரிய கத்தி. வயிற்றிலிருந்து தொடைவரை இணைந்தே வருவது.

காலைவரை இடைவெளியில்லாமல் கத்திக்கொண்டே இருந்த அவளுக்குத் திடீரெனத் தொண்டை கம்மியது. நடுக்கம் வருவதுபோலக் கை, கால்கள் விறைத்தன. தலைகீழாகப் புரளத் தொடங்கினாள். மூன்று பெண்களும் பிடித்தும் கட்டுப்படுத்த முடியவில்லை. வாயிலிருந்து நுரை வந்தது. வியர்த்து முழுவதுமாக நனைந்துபோயிருந்தாள் அவள். சற்று நேரத்தில் நாளங்கள் தளர்ந்துபோயின. அவள் ‘ஹா, ஹா’ எனச் செய்தவளாக உணர்வு நிலைக்கு வந்தாள்.

இப்போது அவளின் முணுமுணுப்பும் பேச்சும் திடீரென மாறியிருந்தன.

“. . . அம்மா, நான் எங்க இருக்கறேன் . . . என்னோட அம்மா எங்க? . . . குழந்தை இல்லையின்னு என்னையக் கொடுமைப்படுத்தினாங்க அவங்க. இங்க பாருங்க, கரண்டிய

நெருப்பில காயவச்சுச் சூடு போட்டிருக்காங்க எனக்கு. நானா அங்கிருந்து போகணும்னு ... அம்மா ... என்னோட குழந்தையப் பாத்துக்கங்க. அவன் எங்க... எங்க... எங்க போனான் அவன்...”

“யாரு அவன்.”

“அவனா, அவன் ...... அம்மா ...... அவன் எனக்குச் சாப்பாடு போட்டுப் பாத்திட்டு இருந்தானே அவன்.”

“அவன், அவன் உன்னோட புருஷன்.”

“நான் மறந்துட்டேன். எனக்கு ஒண்ணும் தெரியலை. குழந்தை இல்லையின்னு அஞ்சு வருஷம் கொடுமைப்படுத்தினாங்க என்னை. அப்பறம் அவங்க அம்மா பேய் மாதிரி...... வேண்டாம், வேண்டாம் என்னோட...... குழந்தையப் பாத்துக்கங்க நீங்க...”

“குழந்தைய வயித்துல சுமந்திட்டு, உக்காந்திட்டு இருக்கற நீ. எங்கள என்ன பாத்துக்கச் சொல்ற? கொஞ்சம் சக்தியக் கீழ கொடு. பிரசவ வலிய மேல வச்சுக்காத.”

“வேண்டாம்... வேண்டாம்...” உயிர் போய்விட்டதைப் போலத் தளர்த்திக்கொண்டாள் அவள். ஆனால் அடுத்த கணம் பிரசவ வலியால் இன்னொரு ஊசலாட்டம்... “அம்மா! நான் அம்மாகிட்ட போகத்தான் வெளிய வந்தேன். இங்க எங்க வந்து சேர்ந்தேன்? எந்தப் பொண்ணு இருப்பா எரிச்சல்ல, எரியற தழும்போட! . . . ரெண்டு பேரும் பிடிச்சிட்டுச் சூடு போட்டாங்க... அதுல எட்டுநாள் பட்டினி . . . அப்பறம் என்ன நடந்தது, ஒண்ணும் நெனவில இல்லை... எங்க போனான் அவன். என்னைய மிரட்டிட்டிருந்தானே ... சாப்பாடு போட்டானே அவன்.”

“வருவான், வருவான், உன்னோட குழந்தைக்கு அப்பா அவன்.”

“அண்ணி, நான் திருடி . . . என்னைய வாயாடின்னு சொன்னாங்க அவங்க . . . நான் சாகட்டும்னு என்னையக் கொடுமைப்படுத்தினாங்க... அம்மா... வேண்டாம்மா எனக்கு...”

அவள் பேசுவதை விநாயகம் காது கொடுத்துக் கேட்டுக் கொண்டிருந்தான். அவன் மெலிதான குரலில் ஆனால் மகிழ்ச்சி யாகக் கூறினான், “அவள் நல்லாப் பேசறா குலாபி அக்கா.”

“மந்தரவாதி அடிச்சு ஓட்டறளவுக்குச் சீக்கோட இல்லை இவள். இத்தனை வலியோட இருக்கற உடம்புல பைத்தியம் எப்படி இருக்குது?”

காலையில் வானம் புலர்ந்தபோது அவள் பிள்ளைப் பேறு அடைந்திருந்தாள். குழந்தை ஒரு புறம் அழுதுகொண்டிருக்கக் குலாபி சத்தமாகக் கத்தினாள், “விநாயகம், பையன் பொறந்திருக் கறான்!”

இதைக் கேட்டதும் விநாயகத்திற்கு என்ன சொல்வ தென்று தெரியவில்லை. அனைத்து உணர்ச்சிகளும் உறைந்து போயின. சிந்திக்கக்கூடிய திறன் அற்றிருந்த கடந்த ஒன்பது மாதங்களின் அதிகமான சுமை தற்போதிய கணத்தில் மறைந்தது. சிறிது சிறிதாகப் புரிந்தது, ‘யாரோட பையன், யாருக்குப் பொறந்தது... யாரோட கர்ம வினை, யாரு அவதிப் படறது... நான் ஏன் இத்தன நாளும் இதச் சிந்திக்கலை... யாரு கல் எறிஞ்சாங்களோ என்னோட சிந்தனையில..?’

மருத்துவச்சியின் அனைத்து வேலைகளும் நடந்துகொண் டிருந்ததால் அவன் உள்ளேகூடச் செல்லவில்லை. கம்பளியை எடுத்துவந்து வெளியே அமைதியாகப் படுத்திருந்தான். குலாபி என்னவாவது கேட்டால் அவன் வெளியே இருந்து பதில் கொடுத்தான். எங்கே, என்னென்ன இருக்கிறதென்பதை வெளியி லிருந்தே சொன்னான். இடையில் ஒரு முறை குலாபியைச் சத்தம்கூடப் போட்டான் அவன். குலாபி அவனை முறைத்துப் பார்த்துவிட்டுப் பேசாமல் இருந்தாள்.

ஆனால் அவள் மட்டும் அவர்களின் கேள்விகளுக்கு அமைதியாகப் பதில் சொல்லிக்கொண்டிருந்தாள். அவள் அவர்களுடன் என்ன பேசுகிறாள் என்பதை அறிந்துகொள்வதற்கு விநாயகத்திற்கு ஆர்வமாக இருந்தது. ஆனால் அவனுக்கு அந்தளவு தைரியம் இல்லாது போய்விட்டது.

நீண்ட நேரம் கழித்துக் குலாபி வெளியே வந்தாள். “சீக்குக் கோழி மாதிரி இங்க ஏன் படுத்திட்டு இருக்கற?’ என்று சொல்லிவிட்டு அவனை உள்ளே அழைத்துச் சென்றாள். அவள் முன்னால் அவனை நிறுத்திக் குலாபி சொன்னாள், “இவன், இந்தக் குழந்தையோட அப்பா. பாரு, குழந்தை எப்படி அப்படியே அப்பாவப்போல இருக்குதுன்னு!”

விநாயகம் அந்தக் குழந்தையைப் பார்த்தான். சிறு தவளை போன்று அளவு. கறுப்பு, கடலை மாவு மணத்தில் குழந்தை. சுத்தமான நிறத்தில் உடல் இல்லை. குலாபி விளையாட்டாகச் சொன்னாள், “விநாயகம், உன்னைய மாதிரியே தெரியுது” என்று. அடுத்த கணம் விநாயகம் அவளைப் பார்த்தான். தூங்கிக் கொண்டிருந்த அவள் கண்களைத் திறந்து சில விநாடிகள்

விநாயகத்தைப் பார்த்த பின்பு கண்களை மூடிக்கொண்டாள். அந்தப் பார்வையில் அவமானம், கோபம், அவமதிப்பு என்ன இருக்கிறதென்று விநாயகம் தேடிக்கொண்டிருந்தான். ஆனால் அந்தக் கண்கள் முன்பு போலவே அவனுக்கு வெறுமை யாகவும் அமைதியாகவும் தெரிந்தன. அவற்றில் இப்போது வேறுபட்ட ஒளி வந்தது உண்மை. ஆனால் அந்த ஒளி தான் பார்ப்பதற்குப் பளபளப்பைத் தரவில்லை என நினைத்து அவன் உற்சாகமிழந்தான்.

குலாபி அவளை முதல்முறையாக விசாரித்தாள், "உன்னோட பேரு என்னம்மா?"

"மித்ரா."

"அப்பாவோட பேரு என்ன? என்ன பண்றாரு அவரு?"

அவள் பதில் சொல்லவில்லை.

"உன்னோட ஊரு எங்க? ஊரு பேரு என்ன?"

அவள் வாயைத் திறக்காது இருந்தாள் அமைதியாக.

"சொல்ல வேண்டாம் நீ. எங்களுக்கு வேண்டாம் அது. கல்யாணம் பண்ணிட்ட புருஷன் குழந்தை கொடுக்கறதுக்குத் துப்பில்லை. வாந்தி எடுத்த உன்னைய வாயாடின்னு பரிகாசம் பண்ணியிருக்கான் அவன். இங்க பாரு தெய்வீக அழகோட பையன் பொறந்திருக்கறான் உனக்கு."

விநாயகத்திற்கு வேடிக்கையாகத் தெரிந்தது, மித்ராவின் உதட்டில் சிறிய புன்னகை பூத்தது. அவள் ஓரக் கண்ணால் பார்ப்பதுபோல அவனுக்குத் தோன்றியது. அவனுக்கு அது பிரமையாக இருந்தது.

குலாபி வெளியேறும்போது மிரட்டுவதுபோல விநாயகத்திடம் சொன்னாள், "இப்ப இவளுக்கும் அந்தப் பிள்ளைக்கும் நீதான் ஆதரவு. என்ன வேணும், வேண்டாம்னு நல்லாப் பாத்துக்க. இங்க கெடைக்கலையின்னா அப்பறம் யல்லாபூர் போயி வாங்கி வை. அப்பறம் நீ மித்ரா, இப்ப கொஞ்சம் முரண்டு பண்ணாமப் பேசு."

அவள் புறப்பட்டாள். விநாயகம் பரிதாபமாகச் சொன்னான், "குலாபி அக்கா நாளைக்குக் காலையில நீ வா" என்று.

"வர்றேன், வர்றேன். ஆறு நாள் வரைக்கும் தினமும் காலையில வர்ற வேலை இருக்குது எனக்கு."

“உங்க எல்லாத்தையும்விட நான் நல்லாப் பாதுகாப்பாப் பாத்துக்குவேன் அக்கா. அவங்ககிட்ட சொல்லு.”

“செய்யுய்யா செய். என்ன கொடுப்பியோ அதக் கொடு. எனக்கு நேரமாச்சு.”

அவர்கள் புறப்பட்டுப் போனார்கள். ஆலமரத்தருகே வந்தவுடன் குலாபி அந்தப் பெண்களிடம் கூறினாள், “அவனோட மாமா பொண்ணு அது. மாமா அக்கா பையனை விட்டிட்டு வேறு எங்கயோ பிடிச்சுக் கொடுத்திட்டாரு. கடைசியா அக்கா பையன் கால்ல வந்து விழுந்திருக்காங்க.”

ஆனால் அந்தப் பெண்கள் சந்தேகத்துடன் பார்த்தார்கள்.

விநாயகம் மித்ராவின் அருகில் அமைதியாக அமர்ந்திருந் தான். அவள் குழந்தை மீது கையைப் போட்டபடி குழந்தையைப் பார்த்துக்கொண்டு படுத்திருந்தாள். அவள் தன்னைப் பார்ப்பா ளென்று நினைத்து விநாயகம் என்னவாவது விசாரித்துக் கொண்டிருந்தான், ஆனால் அவள் பார்வையை அசைக்கவே இல்லை.

“ரொம்ப வலி இல்லையில? ஒன்றரை நாளு கஷ்டம்.”

அவள் அமைதியாக இருந்தாள்.

“டீ போட்டுக் கொண்டு வரட்டுமா?”

அவளிடமிருந்து பதில் இல்லை.

“ஒரு நாள் சாய்ந்தரம் நான் காட்டிலிருந்து திரும்பி வரும் போது நீ இங்க முற்றத்தில உக்காந்து இருந்த. நான் விரட்டி விட்டேன். ஆனா நீ போகலை. அப்பறம் பாவமாத் தெரிஞ்சது. நான் சாப்பாடு, தண்ணி கொடுத்தேன். குளிச்சுச் சுத்தம் செஞ்சு விட்டேன்.”

அவள் ஒரு முறை தலையைத் தூக்கி அவனைப் பார்த்தாள். ஆனால் விநாயகத்திற்கு அதன் அர்த்தம் மட்டும் விளங்கவில்லை. அவன் எழுந்து தேநீர் தயாரிப்பதற்காக உள்ளே சென்றான். அவன் உள்ளே தனக்குத்தானே பிதற்றிக்கொண்டான், ‘இந்த ஊமைத்தனந்தான் என்னோட வாழ்க்கைய முழுங்குச்சு. வேண்டாத வீண்பழிக்கு ஆளாயிட்டேன் நான்.’

உள்ளே எல்லாப் பாத்திரங்களும் சிதறிக் கிடந்தன. தண்ணீர் காய்ச்சியது, தேநீர் தயாரித்தது, அவல் கலந்த பாத்திரம் எல்லாம் அப்படியே கழுவாது கிடந்தன. யாரும் துடைப்பம்கூடப்

பயன்படுத்தவில்லை. அழுக்குத் துணிகள்கூட இருந்தன. அவன் வேலை செய்யத் தொடங்கினான். அவன் முதலில் அவளுக்கு நல்ல திடமான தேநீர் தயாரித்து எடுத்துவந்து கொடுத்தான். தேநீர்க் குவளையை அவளருகில் கொண்டுவந்து வைக்கும்போது அவள் கேட்டாள், "வேற யாரும் இல்லையா இங்க?"

"இல்லை."

"கல்யாணம் ஆகலையா?"

"ஆயிருச்சு. பொண்டாட்டி செத்துப் போயிட்டாள். போயிட்டா சுடுகாட்டுக்கு. என்னோட விதி இப்ப இப்படி இருக்கறேன்."

பெண்கள்போல வேலைசெய்து மாலைக்குள் அனைத்தையும் செய்து முடித்தான் அவன். எல்லாக் கந்தல் துணிகளையும் துவைத்துக் கொல்லைப்புறத்தில் உலர்த்தப் போட்டான். மாலையில் அவளுக்கு நல்ல உப்புமா செய்து கொடுத்தான். உடன் நெய்யும் காட்டுத் தேனும்.

அவள் ஓர் ஒழுங்குடன் கீழே வைத்துச் சாப்பிட்டாள். இடையிடையே அவனைப் பார்த்துக்கொண்டாள், சற்று முன்பே அறிமுகமான மனிதனின் இடத்தில் இருப்பதைப்போல. சில நேரங்களில் சந்தேகப் பார்வையுடன், சில வேளைகளில் சிறிது அன்புடன் நன்றியுடன்.

அடுத்த நாள் குலாபி வந்து குழந்தையைக் குளிப்பாட்டுவதற்கு எண்ணெய் எடுத்தபோது அவள் குலாபியிடம் கேட்டாள், "சாப்படறதுக்குச் சாப்பாடு போட்டதனாலே என்ன ஆச்சு? இது எல்லாஞ் செஞ்சிட்டான் அவன்."

குலாபிக்குத் தூக்கிவாரிப் போட்டது. "அவனோட சாப்பாட்டைத் தின்னுதான் நீ பருத்த அணில் மாதிரி ஆயிருக்கற. அவன்தான் குளிப்பாட்டி விட்டிருக்கறான். காட்டுல வசிக்கற ஆளு அவன். அவன் இருக்கிறதால காப்பத்துனான். இல்லையின்னா காட்டுல யாராச்சு நாறடிச்சிருப்பாங்க உன்னை."

அவள் அமைதியாக இருந்தாள். குலாபி அவளிடம் அழுத்தமாகக் கூறினாள், "இப்ப ஆனது ஆயிப் போச்சு. ரொம்ப நல்ல நட்சத்திரத்தில எப்படியோ குழந்தை பொறந்திருக்குது. அவனைப் பாத்துக்க." அவள் குழந்தையைப் பார்த்தவாறே மௌனமாக இருந்தாள்.

குலாபி மீண்டும் விசாரித்தாள், "மித்ரா, நீ திரும்பவும் வீட்டுக்குப் போகணும்னு நினைக்கறீயா?"

அவள் அழத் தொடங்கினாள். கதறி அழுகிற சிறு குழந்தை போல அழுதாள். விநாயகம் மௌனியாகச் சற்றே மூடியிருந்த கதவருகே நின்றிருந்தான்.

"அழாதம்மா" என்று குலாபி அவளைக் கட்டுப்படுத்தினாள். அழுதுகொண்டே அவள் சொன்னாள், "எனக்கு அம்மா ஞாபகம் வந்திருச்சு. நான் இல்லையின்னு தெரிஞ்சா அம்மாவுக்கு உடம்பு சரியில்லாம போனாலும் போயிருக்கும்."

"வேற யாரு இருக்கறாங்க வீட்டுல?"

"யாரும் இல்லை. ஒரு தம்பி இருந்தான். பதினாறு வயசுல ஆத்துல மூழ்கிச் செத்துப் போயிட்டான். அப்பறம் அப்பா, அம்மா உடம்புல என்ன இருந்ததோ அதைப் புடுங்கி என்னையக் கல்யாணம் பண்ணிக்கொடுத்திட்டாரு. ஆனா அவன் மனுசப் பேய். அம்மாகிட்ட இன்னும் நகை இருக்குது அத வாங்கிட்டுவான்னு சொன்னான். சொத்த வித்து வாங்கிட்டு வான்னு சொன்னான். ஆனா புள்ள இல்லை. ஆறு வருஷம் பொறுத்திட்டிருந்தேன். அம்மா, புள்ள இரண்டுபேரும் என்னை அடிச்சிட்டே இருந்தாங்க, சூடு வச்சாங்க."

குலாபி சொன்னாள், "ஆனது ஆயிப் போச்சு. விதி இருந்தாத் தப்புமா? ஆனா இதுக்குப் பின்னால . . ." குலாபியிடமிருந்து வந்த சொற்கள் துண்டாயின. அவர்களுக்கு முன்னால் இப்போது என்ன? அவளிடம் ஒரு வார்த்தைகூடப் பேசுவதற்குத் தைரியம் வரவில்லை.

குலாபி புறப்பட்டுச் சென்றபோது மித்ரா மிகவும் மகிழ்ச்சி யாகக் காணப்பட்டாள். அவளுக்கு உண்மையிலேயே குரல் உடைந்துவிட்டிருந்தது. அழுதுகொண்டிருந்த குழந்தையை, "செல்லம், கண்ணு அழுகாதடா, அழுகாத" என்று சொல்லித் தூக்கிக்கொண்டாள். விநாயகம் நின்றிருந்ததால் தயக்கத்துடன் மாராப்பில் மறைத்துப் பிடித்துக்கொண்டாள். குழந்தை பால் குடித்துக்கொண்டிருக்கும்போது அவனிடம் கூறினாள், "சாம்பிராணி இருந்தா எடுத்துக் கொஞ்சம் சாம்பிராணி புகை பிடிங்க."

விநாயகம் சாம்பிராணிக் கரண்டியை எடுத்து வைத்தபோது சொன்னாள், "இவன் உன்னை மாதிரி தெரியறான்னு

சொன்னாள் அந்த மருத்துவச்சி. எனக்கு என்னமோ இவன் என்னை மாதிரியே தெரியறான்."

விநாயகம் எதார்த்தமாகச் சிரித்தான். அவனும் இப்போது இயல்பாக இருந்தான். மகிழ்ச்சியில் பூரித்திருந்த அவன் அவளுக்கு என்ன வேண்டுமென்று கேட்டுப் பிடிவாதமாக வாங்கித் தந்தான். அடுத்த நாள் வெந்நீர்ப் பாத்திரத்தை எடுத்து வந்து வைக்கும்பொழுது அவன் கீழே போட்டுவிட்டான். அது 'கண்' என்ற சத்தத்துடன் உருண்டது. அவளைப் பார்த்து அவன் சொன்னான், "இப்ப ஏன் முணுமுணுக்கற? பணத்தாசையோட இருந்திருக்கற நீ."

"இப்ப என்னையவா அப்படிச் சொல்ற நீ. பழிவாங்கறதுக்குத் தான் வந்திருக்கறேன் இங்க. என்னோடத திருப்பிக் கொடுக்கற துக்குப் பொறப்பு முழுசும் பத்தாது உனக்கு."

இருவரும் நன்றாகச் சிரித்து விளையாட்டாகப் பேசிக் கொண்டிருந்தனர். ஆனால் அது அத்துடன் முடிவடைந்தது. அப்போது குழந்தை அழத் தொடங்கியதால் இருவரும் உடனே அவனை அமைதிப்படுத்துவதற்காக முன்னால் சென்றனர். அவளுடைய கை தலைக்கு அருகில் சென்றது, அவனுடையது வயிற்றுக்குப் பக்கத்தில். அப்படியே இருவரும் சொல்லிக் கொண்டனர், இது நம் இருவரின் வேலையென்று. இவனைக் காப்பாற்றுவதற்கு நாம் இணைந்து கடமையாற்ற வேண்டுமென்று!

எட்டு நாட்கள் நன்றாகக் கழிந்தன, சத்தான நீரைப் பூச்செடி களுக்கு ஊற்றிக்கொண்டிருந்ததைப்போல. ஒன்பதாவது நாள் இரவு குழந்தை இடைவிடாது தொடர்ந்து அழுதது. அந்நாளின் மாலைப் பொழுதில் அழ ஆரம்பித்தது விடியற்காலையைத் தாண்டும்வரை அது வீறிட்டு அழுதுகொண்டேயிருந்தது. இருவரும் சேர்ந்து அழுகையை நிறுத்துவதற்கு முயற்சி செய்தனர். ஆனால் நிறுத்த முடியாமல் போகவே இருவரும் அழுதுகொண்டிருந்தனர். பொழுது விடிந்ததும் உற்று நோக்கினால் குழந்தையின் தொப்புள் அருகில் பெரிய வட்டம் போலச் சிவந்து காணப்பட்டது. நேற்று அதன் தொப்புள் கொடியை அறுத்துவிட்டு அவள் துணிகளைச் சேர்த்துச் செருகி வைத்தாள். இப்போது என்ன ஆகிவிட்டது இவனுக்கு? 'அடக்கடவுளே' என்று இருவரும் தலையில் கைவைத்து உட்கார்ந்திருந்தனர்.

வெளிச்சம் வந்ததும் மரத்தை நோக்கி ஓடிய விநாயகம் மரக்கிளையின் மீது ஏறிக் குலாபிக்குச் சத்தமாகக் குரல் கொடுத்தான். நல்ல வேளையாகக் குலாபியிடமிருந்து பதில் வந்தது, "வர்றேன் வர்றேன்!"

மிகவும் களைப்படைந்திருந்த குழந்தை காலையில் சற்றே தூங்கிக்கொண்டிருந்தது. ஆனால் அந்தச் சிவந்திருந்த பகுதி மிகவும் பெரிதாக ஆகியிருந்தது. வாயைத் திறந்து அவனுக்குப் பால் ஊட்டுவதற்கும் வழியில்லாமல் இருந்தது.

குலாபி வந்து குழந்தைக்குப் பல மருந்துகளைக் கொடுத்தாள். குழந்தை பெருமூச்சுவிடுவதுபோல அழுதுகொண்டிருந்தது. என்ன செய்வதென்று ஒன்றும் விளங்கவில்லை.

நாள் முழுவதும் இரவிலும் குழந்தை துணிவுடன் உயிரைப் பிடித்துக்கொண்டிருந்தது. அடுத்த நாள் காலை அதற்கு வலிப்பு வந்து இழுக்கத் தொடங்கியது. ஒரு மணி நேரத்திற்குள் அது முடிந்திருந்தது.

மித்ரா ஒப்பாரி வைத்து அழுதாள். அவளின் அழுகையை யும் கதறலையும் பார்த்த குலாபி அவளுக்கு ஆறுதல் கூறிச் சமாதானப்படுத்தினாள்.

விநாயகம் அப்படியே சுவரைப் பார்த்தவாறு உணர்ச்சியற்று உட்கார்ந்திருந்தான். அவன் கல்லாகிவிட்டது போலத் தெரிந்தது. பீதியைத் தருகிற கவலையை அடைந்திருந்தது முகம். ஆனால் கண்ணீர் மட்டும் வரவில்லை.

குலாபி தோப்பிற்குச் சென்று கூலியாள் ஒருவனை அழைத்து வந்தாள். குழந்தையைத் தூக்கிக்கொண்டு சென்ற அவன் அதைக் காட்டில் புதைத்துவிட்டு வந்தான். தூக்கிச் சென்றபோது மித்ரா அப்படிக் கதறி அழுதாள். அவன் மட்டும் உட்கார்ந்திருந்த இடத்திலிருந்து அசையவே இல்லை.

அவனை ஆறுதல்படுத்துவதற்கு வாழ்க்கையின், மரணத்தின் மெய்மைகளைப்பற்றி நான்கு வார்த்தைகள் கூறிவிட்டுச் சற்று நேரம் குலாபி அவனருகில் அமர்ந்திருந்தாள். பின்னர் அவள் "வர்றேம்பா" என்று சொல்லிவிட்டுப் போவதற்காக எழுந்தாள்.

"அக்கா இரு!" என்று சொல்லிய விநாயகம் எழுந்து உள்ளே சென்றான். உள்ளேயிருந்து பத்துரூபாய்த் தாள்கள் சிலவற்றை எடுத்து வந்து கையில் கொடுத்துவிட்டு அவன் சொன்னான், "அக்கா இத வச்சுக்க. கூலியாளுக்கும் இருவது ரூபாக் கொடுங்க."

குலாபி, "இருக்குது, இருக்குது" என்று சொல்லியவாறே கையைப் பின்னால் இழுத்துக்கொண்டாள். ஆனால் அவன் அவள் கையில் திணித்துவிட்டான். குலாபி அமைதியாகப் புறப்பட்டுப் போனாள். ஆனால் அவள் வேண்டுமென்றே ஒருமுறைகூடப் பின்னால் திரும்பிப் பார்க்கவில்லை –

உன்னுடைய விதி இப்பொழுது உன்னிடம்தான் என்று சொல்லிச் செல்வதைப் போல.

அந்நாளில் நாள் முழுவதும் அவர்கள் சொட்டுத் தண்ணீர்கூட எடுத்துக்கொள்ளவில்லை. இரவு, விநாயகம் ஒரு கோணிப்பையைப் போட்டு அடுக்களைச் சுவர் அருகில் படுத்துக்கொண்டான்.

இந்தத் துயரத்தை இப்படியே மனம் திறந்து யாருக்கும் சொல்லவோ யாருடைய ஆறுதலையும் கேட்கவோ முடியாது. இந்த வலியை நாங்கள் இருவரும் சேர்ந்தே ஏற்றுக்கொள்ள வேண்டுமென்றால் அவள் யார், நான் யார்? எங்களுக்கிடையே என்ன உறவு? உறவு முடிந்த பிறகு ஒன்றும் உண்மை இல்லை. இந்த வருத்தம் வேறானலும் ஒன்றாக வருந்திக்கொண்டிருக்கிறோம்.

அடுத்த நாள் விடியலுக்குப் பின்னரும் அவன் அப்படியே கோணிப்பையில் படுத்திருந்தான். அவர்களுக்கு ஆறுதல் சொல்ல எவரொருவரும் வரவில்லை. மேலும் சில பேர் தொலைவிலிருந்து சொல்லிக்கொண்டிருந்தனர், 'கார்டுமாமா, உன்னோட நடிப்புப் புரிஞ்சிருச்சு எங்களுக்கு.'

மித்ரா எழுந்து சுவர் ஓரமாக உட்கார்ந்துகொண்டாள். அவனைப் பார்த்தபடி சிறிது நேரம் அமைதியாக இருந்தவள் திடீரென உடல் களைப்பு நீங்கி இலகுவாகிவிட்டதைப் போலானாள். அவளுக்குத் துக்கமும் சிறிது குறைந்திருந்தது. இந்த ஆள் எனக்கு எவ்வளவோ செய்தான். என்னவாவது இருக்கிறதா, நான் மலடி இல்லை என்று எனக்குப் புரியவைப்பதற்காகவே குழந்தையைக் கொடுத்தான். அந்த நிமிடத்தில் 'நான் மலடி இல்லை, நான் மலடி இல்லை!' என்று மனதிற்குள் பூரிப்படைந்து புத்துணர்ச்சியுடன் எழுந்தாள்.

அவள் உட்கார்ந்திருந்திருந்த இடத்திலிருந்து நகர்ந்துநகர்ந்து அவனருகில் சென்றாள். அவனை உலுக்கி, "எந்திரிக்கலையா, எந்திரிங்க" என்று சொன்னாள்.

ஒரு முறை கண்ணைத் திறந்து அவளைப் பார்த்துவிட்டு அப்படியே படுத்துக்கொண்டான். அவள் தானாகக் கவனமாக எழுந்து சமையலறைக்குச் சென்றாள். அடுப்பிற்குப் பக்கத்தில் நன்றாகப் பாதி எரிந்திருந்த விறகுக் கட்டைகள் இருந்தன. அவற்றை முன்னே இழுத்து அவற்றின் மேல் சிறிது மண்ணெண்ணெய் ஊற்றி நெருப்பைப் பற்றவைத்தாள். காய்ந்த கட்டைகள் வேகமாகப் பற்றிக்கொண்டன. சற்று நேரம் அடுப்பினருகில்

அமைதியாக உட்கார்ந்து இருந்த அவள் பின்னர் நிலத்தில் கையை ஊன்றி எழுந்தாள். பாத்திரத்தில் தண்ணீரைச் சூடேற வைத்துவிட்டுக் குளியலறைக்குச் சென்று குளிர்ந்த நீரில் முகத்தைக் கழுவிக்கொண்டு வந்தாள். விநாயகத்திற்கு அவளின் சத்தம் காதில் விழுந்தது. ஆனால் சிறிதும் ஆற்றல் இல்லாதவள் போல அவன் படுத்திருந்தான்.

குளியலறையிலிருந்து திரும்பிவந்த அவள் அனைத்து டப்பாக்களையும் திறந்து பார்த்துத் தேயிலையையும் சர்க்கரையையும் தேடி எடுத்தாள். அவலும் வெல்லமும் அப்படியே காகிதத்தில் சுற்றி மரப்பலகையில் வைக்கப்பட்டிருந்தன. அவற்றை அவள் எடுத்துக்கொண்டாள். தேநீர் தயாரித்துவிட்டு அவலைத் தண்ணீரில் நனைத்து வைத்தாள். குவளையில் தேநீரையும் தட்டில் அவலையும் எடுத்து வந்து அவனருகில் வைத்துவிட்டுச் சொன்னாள், "வாயைக் கழுவிட்டு வந்து டீ குடிங்க. நேத்திலிருந்து ஒண்ணுமே சாப்படாம இருக்கறீங்க."

அவன் எழுந்து உட்கார்ந்தான். "புள்ள செத்து இன்னும் பன்னெண்டு நாளு ஆகலை. நீ அடுப்புக்கிட்ட போயிட்ட?"

"என்னமாதிரி பாவப்பட்ட பொம்பளைகளுக்குச் சாத்திரம் வேற இருக்குதா? என்ன மாதிரியான பிரசவம். சம்பிரதாயமா?"

அவன் எதுவும் பேசாமல் எழுந்தான். கொல்லைப்புறம் சென்று முகத்தை அலம்பி வந்தான். அவள் செய்திருந்த தேநீர், அவல் இரண்டையும் இரண்டு குவளையில் இரண்டு தட்டில் வைத்திருந்தாள். அவளையும் அழைத்துச் சாப்பிடச் சொன்னான். இருவருக்கும் பசி மயக்கம் சமமாக இருந்ததால் அசை போட்டுக்கொண்டே மெல்லமெல்லச் சாப்பிட்டுவிட்டுத் தேநீர் குடித்தனர். பின்னர் மிக நீண்ட நேரம் அவள் மௌனமாக உட்கார்ந்திருந்தாள்.

அடுத்த பதினைந்து நாட்கள் இப்படியாகக் கடந்தன. இருவரும் ஒரே அறையில் இருந்தார்கள். ஒன்றாகச் சாப்பிட்டார்கள். ஆனால் மனம் திறந்து வெளிப்படையாகப் பேசுவதற்கு அவர்களுக்கு விருப்பமில்லாமல் இருந்தது. அதைப் போலவே கேள்விகள் அனைத்தும் முடிந்து போயிருந்தன; அவர்களுக்கு இடையில் எந்த விதமான பந்தமும் இல்லாமலிருந்தது; பேசுவதற்கும் எந்த முக்கியமான விஷயமும் இல்லாமலிருந்தது. இவள் தனது காரியத்திற்காக ஆத்திரத்தை அடக்கிக்கொண்டு உட்கார்ந் திருக்கிறாளா இல்லை பைத்தியத்திலிருந்து விடுபட்டதை நினைத்துக்கொண்டிருக்கிறாளா இல்லை இவன் தனக்கு

ஒத்துவர மாட்டான், கெட்ட நேரம் அதனால் இவன் முன்னால் நின்றுகொண்டிருக்கிறேன் என யோசிக்கிறாளா என்று விநாயகம் பலவாறாக நினைத்தான். விநாயகம் சில நேரங்களில் நினைப்பான், 'என்னம்மா, இப்ப நமக்கு முன்னால என்ன? நீ என்ன முடிவெடுத்திட்டயா? எங்கூட இருக்கறதுக்கு இஷ்டமா உனக்கு? உன்னோட சொந்தக்காரங்க ஞாபகம் உனக்கு வருதா?' என அவளை விசாரிக்க வேண்டுமென்று. ஆனால் வார்த்தைகள் வரவில்லை.

இவ்வாறான அவன் குணத்தினால் எந்தவிதத் தொல்லை யும் இல்லாமலிருந்தது. நனைந்த காகம்போல அந்தப் பெண் இருந்தாள். ஆனால் அதிகம் பிடிப்பில்லை. இடையில் சில நேரங்களில் சாவடியின் கொல்லைப்புறத்தில் உட்கார்ந்து அழுது கொண்டிருப்பதைப் பார்க்க முடிந்தது. ஆனால் அவனை நேராகப் பார்த்துவிட்டால் பதுங்கிக்கொள்வாள். விநாயகமும் பல நாட்கள், இப்படிக் கண்ணீர் வடித்திருக்கிறான் தனக்கான ஆதரவை வேண்டி. மித்ரா மெல்லமெல்ல அவனிடம் வந்து, "நம்மோட மனசுக்குள்ள பொருத்தம் ஒண்ணும் இல்லை. மனப்பொருத்தமிருந்தாலும் எல்லாம் தப்பு. அவன் பிறந்தான். அவன் இருந்திருந்தா ஏதாவது நம்பிக்கை இருந்திருக்கும். பைத்தியம் மாதிரி நானும் ஒரு பைத்தியக்காரத்தனமா இருந்திட்டேன். இப்போது இது வலி. யதார்த்தமா யாருக்காவது சாப்பாடு போட்டா அவங்க நமக்கு முழுசாச் சொந்தமாகி விடுவாங்களா?" என்றாள்

ஒரு நாள் அவள் சொன்னாள், "நான் வீட்டுக்கு அம்மாகிட்ட போறேன். எனக்கு இருவது ரூபாக் கொடுங்க."

"போறயா நீ?"

"ஆமா."

விநாயகம் திடீரெனச் சீற்றத்தில் வெறுப்பை உமிழ்ந்தான். "இந்தா எடுத்துக்க இருவது ரூபா" என்று சட்டைப்பையிலிருந்து எடுத்து அவள் முன்னால் ஆத்திரத்துடன் வீசி எறிந்தான். பின்பு ஓடிச் சென்று முதல் அறையின் மரச்சட்டத்தில் மாட்டி வைக்கப்பட்டிருந்த கந்தல் துணிமூட்டையை எடுத்துவந்து அவளருகில் வீசினான், "இந்தா எடுத்துக்க உன்னோட சொத்தை. எடுத்திட்டுப் போ" என்று.

அவள் அங்கேயே உட்கார்ந்துகொண்டு அழத் தொடங்கினாள்.

"நிஜமாவே போறயா நீ, மித்ரா?"

"ஆமா. எனக்கு அம்மா நெனப்பாவே இருக்குது. அம்மா வோட உசுருக்கு என்னாச்சோ, கடவுளுக்குத்தான் தெரியும்."

"நீ திரும்ப வருவியா?"

"என்னால சொல்ல முடியாது."

"நட நீ. நான் உன்னைய யல்லாபூருக்குக் கூட்டிட்டுப் போயி வண்டியில ஏத்தி விட்றேன். உன்னோட ஊரு எங்க?"

"அதெல்லா வேண்டாம். நீ என்னைய இங்க லாரியிலையோ மாட்டு வண்டியிலையோ ஏத்தி விட்டிரு."

"விலாசமாவது கொடுத்திட்டுப் போ."

"வேண்டாம். பாத்திட்டு நானே கடிதாசி எழுதறேன்."

இப்பொழுது தன் கையில் ஒன்றும் இல்லை. தடுத்து நிறுத்தி வைப்பதற்கு அவள் முன்புபோலப் பைத்தியம் இல்லையென்று விநாயகத்திற்குத் தோன்றியது.

அடுத்த நாள் அவன் ஒரு பையை எடுத்து வந்தான். முன்பு அவள் ஆறுமாதம் கர்ப்பமாக இருந்த நேரத்தில் இரண்டு சேலைகள், ரவிக்கை, செந்தூரம், பவுடர் எல்லாம் அவளுக்கு வாங்கியிருந்தான். அவன் அதை அனைத்தையும் பாலித்தீன் பையில் போட்டு அவள் கையில் கொடுத்தான், நாற்பது ரூபாயும்.

அவன் அவளை அழைத்துக்கொண்டு மேலே பாதையில் சென்றான். அங்கு வண்டியை எதிர்பார்த்துக் காத்துக்கொண்டு நின்றிருந்தபோதுகூட இருவரும் ஒன்றும் பேசிக்கொள்ளவில்லை. அவள் நன்றியுணர்வை மறந்துவிட்டாள் என விநாயகத்திற்குத் தோன்றவில்லை.

தொலைவில் வைக்கோலை ஏற்றிக்கொண்டு சிறிய லாரி ஒன்று வருவது தெரிந்தது. அது அருகில் வந்ததும் ஒரே மூச்சில் அவள் நான்கு வார்த்தைகள் பேசினாள். "உடம்பப் பாத்துக்கங்க. சாப்பாடெல்லாம் கஷ்டப்பட்டுப் பண்ணிட்டு இருக்காதீங்க. என்னையப் பத்திச் சொல்றதுக்கு எனக்கு வெக்கமாக இருக்குது. நடக்கணும்னு விதி, அது நடக்குது."

விநாயகம் கைகாட்டியதும் லாரி நின்றது. முன்பக்கத்தில் ஏறி அவள் உட்கார்ந்தாள். அமர்ந்ததும் முடிவற்ற ஆழமான

பார்வையில் அவள் விநாயகத்தைப் பார்த்தாள். பிறகு பார்வையைத் திருப்பிக்கொண்டு முன்னால் பாதையை நோக்கினாள். லாரி புறப்பட்டதும் செம்மண் புழுதி அதிகமாகப் பறந்தது. அந்தப் புழுதியில் அனைத்தும் மறைந்து போயின, அவனும்கூட. புழுதி அடங்கியபோது லாரி மிகவும் முன்னால் போயிருந்தது. வேகவேகமாக விலகி மறைந்துகொண்டிருந்தது.

அந்த இரவில் சுடுகாட்டில் உறங்கிக்கொண்டிருப்பதைப்போல அந்தப் பாழடைந்த சாவடியில் அவன் தூங்கினான். கடந்த நாட்களின் நினைவுகள் அங்கே சுற்றியபடி இருந்தன. அவன் நடுங்கிக்கொண்டிருந்தான். இடைப்பட்ட கணத்தில் கடுங்குளிர் பரவியிருந்தது. அவன் உடல் விறைத்ததுபோல ஆகியிருந்தது. அவன் அந்த இரவில் அழுதவாறே வருத்தத்தில் நெளிந்து கொண்டிருந்தான்.

அவனுக்கு மீண்டும் காட்டின் நினைவு வந்தது. காலையில் தூக்குவாளியை எடுத்துக்கொண்டு புறப்பட்டுச் செல்லும் அவன் நாள் முழுவதும் காட்டில் சுற்றிக்கொண்டிருந்தான். வேலை இல்லையென்றாலும் தோப்பிற்குச் சென்று வந்தான். விழிப்பாக இருந்து விரட்டி விடுவதைப்போல 'ஹஷ்ஷ, ஹஷ்ஷ, ஹ ... ய் ...' எனச் செய்துகொண்டிருந்தான். சில நேரங்களில் சத்தமாகக் கத்தினான்.

பொத்தான்கள் உடைந்திருந்த வெளுத்துப்போன அழுக்குக் காக்கித்துணியும் காக்கிப்பையில் சாப்பாட்டு டப்பாவும். நாள் முழுதும் சுற்றியபடி இருப்பது, இந்தக் காட்டிலிருந்து அந்தக் காட்டிற்கு. ஒரு காலனியிலிருந்து அடுத்த காலனிக்கு. ஒரு நாள் சின்னா புதிதாகக் கட்டியிருந்த குடிலுக்கு முன்னால் சென்று கொண்டிருக்கும்போது அங்கே நின்று சொன்னான், "அரசாங்க இடத்துல குடிசை போட்டிருக்கீங்க. படுக்க வேண்டியது, புள்ளையப் பெத்துக்க வேண்டியது. நாளைக்கு வந்து பிரிச்சுப் போடறேன் பாரு. ஒரு குடிசை போட்டிருக்கற நீ. நாளைக்கு உன்னோட புள்ளைங்க பத்துக் குடிசை போடுவாங்க. உன்னோட தலையை வெட்டி வீசணும்."

சின்னா குடிசையிலிருந்து வெளியே வந்து கோபத்துடன் சொன்னான், "வனஅதிகாரி எனக்கு இந்த எடத்தப் பட்டாப் போட்டுத் தர்றேன்னு சொல்லியிருக்காரு."

"கொடுப்பாரு, கொடுப்பாரு. அதிகாரியோட பொண்டாட்டிக்கு நல்லா பாட்டில் நெறயாத் தேனும் உருண்டையா வெண்ணயும் கொண்டுபோயி வச்சுட்டு வர்ற."

சின்னா இவனைப் பார்த்துக்கொண்டேயிருந்தான். சில நேரங்களில் சாவடியின் முற்றத்தில் நின்றபடி அங்கு வெடிப்பு விட்டிருந்த ஒரு தூணைக் கணத்த தடியால் 'கோட், கோட்' என அடிப்பான். விநாயகம் எதிரில் வந்தால், "சாவடி அடியோடு சாஞ்சு போச்சு. சிதஞ்சு கெடக்கது. இந்த மழைக்குப் பொந்துக்குள்ளே போயிரும் இது. ராத்திரியில ஆந்தை அலறதெல்லாம் கேக்குது" என்று சொல்லிக் கொண்டிருந்தான்.

ஒருநாள் ரேஞ்சர் யல்லாபூரிலிருந்து ஜீப் எடுத்துக்கொண்டு வந்திருந்தார். ஓர் ஒப்பந்ததாரர் உடனிருந்தார். ரேஞ்சர் மேலே சாலையில் ஜீப்பை நிறுத்திக்கொண்டு நின்றிருந்ததை அறிந்த விநாயகம் வேகவேகமாக அங்கு சென்றான், காக்கிச்சட்டையை எடுத்துத் தோளில் போட்டுக்கொண்டு. உடலில் அழுக்குப் பனியனும் காக்கிடவுசரும். அப்படியே அருகில் சென்ற அவன் ரேஞ்சருக்கு வணக்கம் சொல்லிவிட்டு அந்தக் கன்னட ரேஞ்சரிடம் கன்னடத்தில் சத்தமாகப் பேசத் தொடங்கினான், "பதினேழு மனு கொடுத்திட்டேன் என்னைய மாத்திவிடுங்கன்னு. இங்க காட்டுல நாசமாகிப் போகட்டும்னு என்னையத் தூக்கிப் போட்டுட்டாங்க. நீங்க டவுன்ல பங்களாவுல பொண்டாட்டியோட தூங்கறீங்க. நாங்க இங்க காட்டுல பொந்துல இருந்திட்டு இருக்கறோம். அந்தப் பாழடைஞ்ச சாவடியில என்னோட ஒரு நாளு சுத்தி வந்தீங்கன்னா புரியும் உங்களுக்கு. இந்தத் தடவை என்னைய மாத்தி விடலையின்னா வேலயத் தூக்கி வீசிட்டுப் போயிருவேன். யல்லாபூர் பஸ் ஸ்டாண்ட்டுல போயி மூட்டை தூக்கிப் பொழச்சுக்குவேன்."

உடனிருந்த வனஅதிகாரியிடம் ரேஞ்சர் கடுங்கோபத்துடன் விசாரித்தார், "என்ன ஆச்சு இவனுக்கு? தலயச் சுத்திட்டு ஆடறான், என்ன சாராயம் குடிச்சிருக்கறானா இவன்? ஓடி வந்து இந்தக் கத்துக் கத்தறான் இங்க."

வனஅதிகாரி சொன்னார், "சாதாரணமா நல்ல மாதிரியான ஆளுதான் இவன். முதல் பொண்டாட்டி செத்துப் போச்சு. அப்பறம் வேற யாரையோ கூட்டிட்டு வந்து வச்சிருக்கான்னு சொன்னாங்க. இப்ப என்ன ஆச்சுன்னு தெரியலை."

பின்னர் அவனிடம் சென்ற வனஅதிகாரி அவன் தோளைப் பிடித்துக் கீழேவரை பார்த்து மிரட்டிவிட்டுப் போனார். விநாயகம் ஆத்திரத்துடன் வீட்டிற்கு வந்தான்.

மித்ரா சென்று மூன்றரை மாதங்கள் கடந்திருந்தன. சென்ற பின்பு அவளைப்பற்றி ஒரு தகவலும் இல்லை. அவள் கைப்பட

எழுதிய கடிதம் வருமென்று அவன் ஏங்கிக்கொண்டிருந்தான். எட்டு நாட்களுக்கு இரு முறை தபால்காரன் இந்தப்பக்கம் வருவான். அவன் வருகிற நாட்களில் மதியம் முழுவதும் ஷிதராமின் கடைக்குச் சென்று விநாயகம் உட்கார்ந்து கொண்டிருந்தான். தபால்காரன் 'ஒண்ணும் இல்லை' என்று சொன்னவுடன் கோபத்துடன் இடிந்துபோய்த் திரும்பிவிடுவான்.

அந்தச் சாவடியும் இப்போது ஒரு மர்ம வீடுபோல ஆகியிருந்தது. விநாயகத்தின் விஷயம்பற்றிப் பல புரளிகள் எழுந்திருந்தன. இப்பொழுது ஆட்கள் அவனை விசித்திரமான பயம் கலந்த பார்வையுடன் பார்த்தனர். சாவடிக்குச் சில ஆட்கள் வருவதும் நின்றுபோனது.

விநாயகம் காலையில் எழுந்திருப்பான். நன்றாகச் சமைத்து டப்பாவில் நிறைத்துக் காக்கிப்பையில் போட்டுக்கொண்டு காட்டு வழியில் புறப்பட்டு விடுவான். சில நேரங்களில் பாதையில் கேஷவ் பட்டின் தோப்பருகில் நின்று நான்கு பாக்குகள் கேட்டு வாங்கிக்கொண்டு அவற்றை மென்றபடியே உட்கார்ந்திருப்பான்.

அவனின் கவனத்திலிருந்து இப்போது யாரும் தப்புவதில்லை. யாராவது தோணிக்குக் கட்டைகள் வெட்டுவதையோ நெல் மூட்டையை எடுத்துச் செல்வதையோ வேலிக்குக் கட்டைகள் எடுத்துச் செல்வதையோ செடிகளைப் பிடுங்குவதையோ பார்த்தால் அவர்களை மிரட்டிக் காட்டைவிட்டு வெளியே அனுப்பினான். இந்த மூன்று மாதத்தில் அவன் எத்தனை ஆட்களின் அரிவாள், கோடாரிகளைப் பிடுங்கிச் சாவடிக்குக் கொண்டுவந்து போட்டிருந்தான் என்பதற்குக் கணக்கே இல்லை.

பின்பு மாலையில் தாமதமாகச் சாவடிக்குத் திரும்பினான். தொலைவிலிருந்த வரிசையான தென்னைமரங்களிடையே வெறுமையான சாவடி தெரிந்ததால் அவனின் இதயம் சற்றே கனத்தது போலானது.

ஒரு நாள் மாலை, பின்பொழுதில் அவன் சாவடிக்குத் திரும்பிக்கொண்டிருந்தான். தூரத்திலிருந்து அவனுக்கு அந்தச் சாவடி இன்று மிகவும் இருள் சூழ்ந்து ஒன்றுமில்லாததுபோலத் தெரிந்தது, பழங்காலத்தில் பேய்களின் கும்பல் வாழ்ந்து கொண்டிருப்பதுபோல.

அவன் முன்னால் வந்து பார்த்த பொழுது முற்றத்தில் யாரோ உட்கார்ந்திருந்தனர். அவன் ஆச்சரியத்துடன் பார்த்த

வாறே அருகில் சென்றான். மித்ரா உட்கார்ந்திருந்தாள். அவள் முதல்முறை வந்து உட்கார்ந்திருந்த அதே இடத்தில். அந்தப் பரிதாபகாரமான தோற்றம், அதே குழிவிழுந்த கண்கள், அதே கலைந்துபோயிருந்த கேசம், அவள் உடலில் அழுக்கு ஆடை! நன்றாகச் சொல்வதற்கென ஒன்றிருந்தது. முன்புபோல அவளிடம் அந்தக் கந்தல் துணிமூட்டை இல்லை.

விநாயகம் சற்றுநேரம் பயத்துடன் அவளைக் கண்ணிமைக்காது பார்த்துக்கொண்டிருந்தான். அந்தக் கணத்தில் அவளின் அந்தச் சிரிப்பதும் அழுவதுமான விளையாட்டுத் தொடங்கியது...